नोकर
देताना
घेताना

दिलीपराज प्रकाशन प्रा. लि.™

२५१ क, शनिवार पेठ, पुणे - ४११०३०.

दिलीपराज प्रकाशनाची सर्व पुस्तके आता आपण Online खरेदी करू शकता.

आमच्या Website ला कृपया एकदा अवश्य भेट द्या अथवा Email करा.

Email - diliprajprakashan@yahoo.in

www.diliprajprakashan.in

दिलीपराज प्रकाशन प्रा. लि.™

२५१ क, शनिवार पेठ, पुणे - ४११ ०३०.

Nakar Detana -Ghetana

◆ **प्रकाशक**
राजीव दत्तात्रय बर्वे
मॅनेजिंग डायरेक्टर,
दिलीपराज प्रकाशन प्रा. लि.
२५१ क, शनिवार पेठ, पुणे - ३०.
दूरध्वनी : २४४९५३१४, २४४८३९९५,
  २४४७१७२३ (सर्व फॅक्ससहित)

◆ ©सौ. प्रिया संजय नाईक
बी १०, व्यंकटाचल हाउ. सोसायटी (झाला कॉम्प्लेक्स),
५६६/१८ बी, बिबवेवाडी, पुणे ४११०३७.
मो. ९८९०८६०६९२

◆ **प्रकाशन दिनांक** - १५ नोव्हेंबर २०१५

◆ **प्रकाशन क्रमांक** - २२५३

◆ **ISBN- 978-93-5117-100-3.**

◆ **टाईपसेटिंग** -
सौ. मधुमिता राजीव बर्वे ,
पितृछाया मुद्रणालय, ९०९, रविवार पेठ,
पुणे - ४११००२.

◆ **मुद्रितशोधन** - मिलिंद बोरकर, पुणे

◆ **मुखपृष्ठ** - सागर नेने

गेल्या ३५ वर्षांतील,
हरवलेल्या, सापडलेल्या आणि
सुटून गेलेल्या सर्व मित्रांना अर्पण...

प्रस्तावना

आजकाल वयाच्या दहाव्या-बाराव्या वर्षापासून मुला-मुलींना सर्व काही कळायला लागते. यामध्ये सर्व प्रकारच्या माध्यमांचा अवलंब होत असतो. टीव्ही, चित्रपट, इंटरनेट, पुस्तके या सर्व माध्यमांतून तरुणाईवर आक्रमण होत असते. सर्व प्रकारची माहिती त्यांच्यावर बरसत असते.

मुला-मुलींना जेवढी माहिती मिळायला पाहिजे असते, त्यापेक्षा जास्तच माहिती त्यांना मिळत असते. त्या माहितीचे वर्गीकरण करण्याची मुला-मुलींची खरे तर अजिबात तयारी नसते. त्यांची मानसिक स्थिती तशी नसते.

त्यांना जे पटते, जे आवडते; त्याचा ते स्वीकार करत असतात. त्यामध्ये चांगली माहिती मिळते, पण त्याचबरोबर नको ती व न झेपणारी माहितीही मिळत जाते. चांगल्या माहितीचे जेवढे आकर्षण असते, त्यापेक्षा या अग्रेसर व आक्रमक माहितीचे आकर्षण जास्त असते.

यामध्ये स्त्री-पुरुष-संबंध, प्रेम याचे अतिरेकी उदात्तीकरण होत असते. ती माहिती मिळाल्यावर मुला-मुलींच्या मनातील जिज्ञासा अधिक तीव्र होत असते.

वयात आलेल्या मुलांना मुलींविषयी आणि मुलींना मुलांविषयी नैसर्गिक आकर्षण असते. तेव्हापासून त्यांची एकमेकांविषयीची जिज्ञासा जागृत झालेली असते. माध्यमांतून प्रकट होणाऱ्या बेगडी संबंधांच्या मालिका त्यांच्या मनावर नको ते विचार पक्के कोरून ठेवत असतात.

मालिकांमधील लग्नाबाहेरील संबंधांचे उदात्तीकरण पाहून जीवनात हे असेच घडत असल्याचे मुला-मुलींना वाटू लागते. काही प्रसंगांमध्ये लग्नाआधीचे संबंध गैर नसल्याचे दाखविले जात असते. त्यामुळे मुला-मुलींना पण अशा संबंधांबद्दल काही गैर वाटत नसते.

एका पुरुषाचे एकाच वेळी दोन स्त्रियांबरोबर संबंध असल्याचे दाखवले जात असते. एका स्त्रीची एकापाठोपाठ दोन-चार लग्ने होताना दाखविले जात असते. आजच्या मुला-मुलींना यामध्ये पण गैर वाटत नसते.

राष्ट्रीय टीव्ही चॅनेलवर हे सर्व राजरोसपणे दाखविले जात असते आणि लाखो-करोडो स्त्री-पुरुष हे कार्यक्रम पाहत असतात, त्या प्रसंगांचा आनंद लुटत असतात. त्यामुळे तरुणाईला हे सत्य वाटत असते आणि ते त्या सर्व गोष्टींचे अनुकरण करायला सुरुवात करत असतात.

जे काही पाहायला मिळते, त्यामध्ये काही गैर नसल्याचे तरुणाईला वाटत असते; उलट जे काही पाहायला मिळते, त्याचा अनुभव घेण्याची लालसा त्यांच्या मनामध्ये निर्माण झाली नाही, तरच नवल म्हणता येईल. त्यांना त्यांच्या मित्र-मैत्रिणींबरोबर खुले आम चर्चा करताना पण गैर वाटत नसते.

या तरुणाईचे आदर्शच बदलून गेले आहेत, असे वाटायला लागते. ज्या ठिकाणी महात्मा गांधी, जवाहरलाल नेहरू, डॉ. बाबासाहेब आंबेडकर, इंदिरा गांधींचे आदर्श होते; तिथे आता सिनेमा नट-नट्यांनी जागा घेतलेली दिसते. आधी काही वर्षांपूर्वींच्या पण पिढीचे आदर्श सिनेमा नट-नटी होते; पण एकूणच आत्ताची पिढी मात्र दिशाहीन वाटचाल करत आहे, असे दिसते.

त्या पिढीचे पाय जमिनीवर होते आणि स्वतःच्या नोकरी-व्यवसायाच्या धडपडीनंतर विरंगुळा म्हणून ते या आदर्शांकडे पाहत होते. आता मात्र या पिढीचे पाय जमिनीवर नाहीत, असे दिसते. आदर्शांच्या अनुकरणामुळे ती दिशाहीन वाटचाल करत आहे आणि विरंगुळा म्हणून नोकरी-व्यवसायाकडे पाहताना दिसते. एखादी नोकरी सोडताना त्यांना कोणतीही चिंता नसते. हा फाजील आत्मविश्वास म्हणता येतो.

***

अनुक्रमणिका

ठाकूर
देताना
घेताना

नाकार
देताना
घेताना

नकार

नकार हा प्रत्येकाचा हक्क असतो आणि प्रत्येकाने तो त्याच्या अखत्यारीमध्ये बजावयाचा असतो. प्रत्येकाला काही या गोष्टीची माहिती नसते, म्हणून तर हा लेखनप्रपंच केला आहे.

नकार देताना बऱ्याच वेळा काही ना काही विचार असतो. त्या विचारामागे भूतकाळातील काही घटना असू शकतात. मनुष्यस्वभाव असा असतो की, भविष्यकाळातील निर्णय घेण्यासाठी तो भूतकाळातील अनुभवांवर आधारित घटनांवर वर्तमानामध्ये विचार करायला लागतो.

ज्या ठिकाणी नकार द्यायला पाहिजे, तिथे नकार देत नसतो आणि जिथे नकार द्यायला नको असतो, तिथे नकार देऊन मोकळे होत असतो. त्यामुळे आपण स्वत:चेच नुकसान करून घेत असतो.

नकार देण्यामागची भूमिका लक्षात घ्यायला हवी. जशी होकार देण्यामध्ये एक भूमिका असते, तशी नकार देण्यामध्ये पण एक निश्चित भूमिका असते.

होकार– आपण एखाद्या विचाराला किंवा एखाद्या कार्याला होकार देत असतो, त्यामागे आपला काही तरी विचार निश्चितपणे असतो. होकार दिल्यावर आपल्याला त्यातून काही ना काही लाभ होण्याची शक्यता वाटत असते. तो लाभ होणार आहे, असे गृहीत धरून चालतो आणि बहुधा प्रत्येकाला काही ना काही लाभ होत असतो.

काही लोकांना अल्प लाभ होत असतो, तर काही लोकांना भरपूर लाभ होत असतो.

ज्यांना भरपूर लाभ होतो, त्यांनी योग्य निर्णय घेतला, असे त्यांना वाटू लागते. ते त्यांच्यासाठी त्यांच्या यशाचे सूत्र होऊन जाते.

ज्यांना अल्प लाभ होतो, त्यांना आपण योग्य निर्णय घेतला का, असे वाटू

लागते. ते त्या घटनेकडे किंवा कार्याकडे संशयाने पाहू लागतात. त्यांना त्याचा खूप त्रास होत असतो.

ज्यांना कोणताही लाभ होत नसतो, त्यांची मात्र तक्रार राहते. त्यांनी घेतलेला निर्णय योग्य नसल्याची त्यांना खंत वाटत असते.

ज्यांना नुकसान सोसावे लागते, त्यांना मात्र खूप-खूप त्रास होत असतो. आपण नकार दिला असता तर आपल्याला त्रास सोसावा लागला नसता, असे त्यांना वाटू लागते. त्यांनी नकाराचा हक्क वापरला असता तर त्यांचे नुकसान तरी झाले नसते असे त्यांना वाटू लागते.

नकार — आपण एखाद्या विचाराला वा एखाद्या कार्याला नकार देत असतो, त्यामागे काही कारणे असू शकतात. त्यामागे आपला एक विचार निश्चितपणे असू शकतो.

* नकार दिल्याने आपल्याला काही ना काही लाभ होण्याची शक्यता असते.
* नकार दिल्याने आपल्याला काही ना काही नुकसान टाळता येण्याची पण शक्यता असते.
* काही नुकसान होण्याची शक्यता असते, असे गृहीत धरूनच आपण नकार देत असतो.
* नकार दिल्याने काही वेळा मोठ्या प्रमाणात नुकसान टाळता येऊ शकत असते.
* नकार दिल्याने काही वेळा अल्प नुकसान टाळता येत असते.
* नकार दिल्याने काही वेळा आयुष्याचे नुकसान टाळता येऊ शकत असते.
* नकार दिल्याने काही वेळा मोठ्या आर्थिक नुकसानीला सामोरे जावे लागत नसते.
* नकार दिल्याने काही वेळा संभाव्य मानसिक त्रासातून सुटका होत असते.
* नकार दिल्याने काही वेळा स्वत:च्या अस्तित्वाचा धोका टाळता येत असतो.

कुठे व केव्हा होकार द्यायचा आणि कुठे व केव्हा नकार द्यायचा, हे शिकले पाहिजे.

***

विरोधाची भूमिका

बऱ्याच वेळा नकाराचा वापर विरोध करण्यासाठी केला जात असतो. विशेष करून राजकारणामध्ये नकाराचा असा वापर केला जात असतो.

विरोधासाठी नकार वापरताना–

* एखाद्या घटनेचा किंवा कार्याचा सारासार विचार केला जात नसतो.
* एखाद्या कार्याच्या पूर्णत्वाचा आढावा घेतला जात नसतो.
* एखाद्या प्रकल्पासंबंधी पूर्ण माहिती घेतलेली नसते.
* एखाद्या प्रकल्पाच्या उपयोगाची आणि त्यातून होणाऱ्या आर्थिक बचतीची पूर्णपणे माहिती घेतलेली नसते.
* एखाद्या व्यक्तीच्या कार्यासंबंधी अपूर्ण माहिती घेतलेली असते.
* एखाद्या व्यक्तीच्या स्वभावाची पूर्ण माहिती घेतलेली नसते.
* एखाद्या व्यक्तीची कोणतीही ओळख नसते.
* एखाद्या व्यक्तीची जनसामान्यांतील ओळख माहीत करून घेतलेली नसते.
* एखाद्या व्यक्तीची आर्थिक ताकद माहीत नसते.
* एखाद्या व्यक्तीचा राजकारणातील जनसंपर्क माहीत नसतो.
* एखाद्या व्यक्तीला नामशेष करायचे असते.
* विरोध हा केवळ विरोधासाठी केला जात असतो. त्यामागची विशेष भूमिका काय आहे याची शहानिशा केली जात नसते.
* दुसऱ्याचे नुकसान होण्याची विकृत इच्छा केली जात असते.
* दुसऱ्याला त्रास कसा होईल, हे आवर्जून पाहिले जात असते.
* दुसऱ्याचे मोठे आर्थिक नुकसान होईल, याकडे जास्त लक्ष दिले जात असते.
* दुसऱ्याचे नाव कसे खराब होईल, याकडे लक्ष दिले जात असते.
* दुसऱ्याची पत कशी कमी होईल, याकडे पूर्ण लक्ष दिले जात असते.

* दुसऱ्याचे त्या विशिष्ट क्षेत्रातील अस्तित्व संपवण्याकडे लक्ष दिले जात असते.
* दुसऱ्याने पुढे मांडलेल्या चांगल्या योजना अमलात येणार नाहीत, याकडे लक्ष दिले जात असते.
* दुसऱ्याच्या कल्पनांना मूर्त स्वरूप येणार नाही, याकडे लक्ष पुरविले जात असते.
* दुसऱ्यांना पुढे जाण्याची संधी मिळणार नाही याकडे लक्ष दिले जात असते.
* दुसऱ्यांना त्यांच्या कार्यामध्ये यश मिळणार नाही, याकडे लक्ष दिले जात असते.
* दुसऱ्यांना त्यांच्या कामामध्ये कोणत्याही प्रकारची प्रगती करता येणार नाही, याकडे सर्व तोपरी लक्ष दिले जात असते.
* दुसऱ्यांना विरोध करून स्वत:चे नाव मोठे करण्याकडे लक्ष असते.
* दुसऱ्यांना विरोध करून स्वत:चा फायदा कसा होईल, याकडे लक्ष असते.

या सर्व मुद्द्यांचा अर्थ पूर्णपणे लक्षात घेतला, तर या बाबतीत नकार देऊन विरोध करण्यामागची भूमिका कळते. नकाराचा एक शस्त्र म्हणून वापर केला जातो तो विरोधासाठी विरोध करण्यासाठी; जेणेकरून दुसऱ्यांचे नुकसान व्हावे आणि आपला स्वत:चा फायदा व्हावा. एक वेळ स्वत:चा फायदा झाला नाही तरी दुसऱ्याचे सर्वतोपरी नुकसान होत असते, यातच जास्त समाधान असते. आज ना उद्या त्यामुळे आपला फायदा होणार असतो, अशी नकार देणाऱ्या लोकांची धारणा असते. या ठिकाणी नकाराला विरोधाची धार लावलेली असते.

***

सामर्थ्याची भूमिका

बऱ्याच वेळा नकाराचा वापर स्वत:चे सामर्थ्य सिद्ध करण्यासाठी करित असतात. विशेष करून राजकारणामध्ये, विविध संस्थांच्या अधिकारी वर्गामध्ये अशी भूमिका असते. एकाच संस्थेमध्ये दोन विचारधारा निर्माण झाल्या की, या प्रकारचा नकाराचा वापर करून स्वत:चे सामर्थ्य सिद्ध करण्याचा प्रयत्न केला जात असतो.

सामर्थ्यासाठी नकार वापरताना —

* एखाद्या व्यक्तीचा व तिच्या कार्याचा सारासार विचार केला जात नसतो.
* एखाद्या व्यक्तीला त्या व्यक्तीच्या कार्यक्षेत्रामध्ये हरवण्याचा प्रयत्न केला जात असतो.
* एखाद्या ज्येष्ठ व्यक्तीचे चारित्र्यहनन करण्याचा प्रयत्न केला जात असतो.
* एखाद्या कार्यक्षम व्यक्तीला अकार्यक्षम ठरविण्याचा प्रयत्न केला जात असतो.
* एखाद्या आदर्शवान व्यक्तीला आदर्शहीन ठरविण्याचा प्रयत्न केला जात असतो.
* एखाद्या कर्तृत्ववान व्यक्तीला पदच्युत करण्यासाठी प्रयत्न केला जात असतो.
* एखाद्या सामर्थ्यशाली व्यक्तीला सामर्थ्यहीन करण्याचा प्रयत्न केला जात असतो.
* एखाद्या उद्योजकाचे साम्राज्य फार पसरू नये वा त्यावर अंकुश ठेवण्यासाठी प्रयत्न केला जातो.
* एखाद्या ज्येष्ठ संस्थाचालकाची हकालपट्टी करण्यासाठी प्रयत्न केला जात असतो.
* एखाद्या सुस्थितीतल्या व्यक्तीची परिस्थिती बिघडवून टाकण्याचा प्रयत्न केला जात असतो.
* एखाद्या सरळपणे, सत्याच्याच मार्गावरून जाणाऱ्या व्यक्तीला नामशेष करण्याचा

प्रयत्न केला जातो.

* एखाद्या व्यक्तीला मोठे पद मिळू नये, यासाठी प्रयत्न केला जात असतो.

* एखाद्या व्यक्तीची सुवर्णसंधी हिरावून घेण्यासाठी प्रयत्न केला जात असतो.

* तत्त्वाने चालणाऱ्या एखाद्या व्यक्तीचा आत्मविश्वास खच्ची करण्याचा प्रयत्न केला जातो.

* एखाद्या व्यक्तीने मांडलेल्या उपयोगी संकल्पना डावलण्यासाठी प्रयत्न केला जात असतो.

* एखाद्या व्यक्तीने मांडलेला चांगला विषय मोडीत काढायचा प्रयत्न असतो.

* एखाद्या व्यक्तीने केलेले उत्कृष्ट काम कोणाला बघवत नसते, म्हणून त्या कामामध्ये त्रुटी काढून स्वतःचे सामर्थ्य सिद्ध करायचे असते.

* एखाद्या व्यक्तीचे खच्चीकरण करून त्याला निराश करण्यासाठी प्रयत्न केला जात असतो.

* एखाद्या व्यक्तीला ठरवून क्षीण करण्याचा प्रयत्न होत असतो.

* एखाद्या व्यक्तीला आयुष्यातून उठवायचा प्रयत्न होत असतो.

* एखाद्या व्यक्तीचे सामर्थ्य नामशेष करण्याचा प्रयत्न होत असतो.

* एखाद्या संस्थेचे महत्त्व कमी करून ती संस्था नामशेष करण्याचा प्रयत्न असतो.

* एखाद्या संस्थेवर अधिकार मिळविण्याचा प्रयत्न होत असतो.

* एखाद्या संस्थेच्या अधिकाऱ्यांना त्रास देण्याचा प्रयत्न केला जात असतो.

* एखाद्या संस्थेवर आधिपत्य मिळविण्याचा प्रयत्न केला जात असतो.

* एखाद्या संस्थेच्या चालकाने केलेल्या कृष्ण कृत्यांचा भांडाफोड करण्याचा प्रयत्न या मार्गाने केला जात असतो.

या सर्व मुद्द्यांचा अर्थ पूर्णपणे लक्षात घेतला, तर नकार देऊन स्वतःचे सामर्थ्य सिद्ध करण्याची भूमिका कळते. नकाराचा एक शस्त्र म्हणून वापर केला जात असतो. त्या शस्त्राची धार नकार दिल्यानंतरच कळत असते.

***

नापसंतीची भूमिका

बऱ्याच वेळा नकाराचा वापर नापसंती दर्शविण्यासाठी केला जात असतो. ही नापसंती दैनंदिन जीवनामध्ये दर्शविली जात असते. काही जणांना ती समजते, काही जणांना ती अजिबात समजत नसते. पण नकाराचा स्वत:ची भावना प्रकट करण्यासाठी अवलंब केला जात असतो.

नापसंती दर्शविण्यासाठी नकार वापरताना –

* एखाद्या व्यक्तीचा स्वभाव आवडत नसेल, तर ते सांगण्याचा प्रयत्न होत असतो.

* एखाद्या व्यक्तीची वागणूक आवडली नसली, तर ते सांगण्याचा प्रयत्न होत असतो.

* एखाद्या व्यक्तीचे बोलणे असभ्यतेचे असेल, तर ते सांगण्याचा प्रयत्न होत असतो.

* एखाद्या व्यक्तीचे व्यवहार रीतसर पद्धतीने नसतील, तर ते सांगण्याचा प्रयत्न होत असतो.

* एखादी व्यक्ती दुसऱ्यांना विनाकारण त्रास देत असेल, तर ते सांगण्याचा प्रयत्न होतो.

* एखादी व्यक्ती मैत्रीच्या संबंधांमध्ये व्यत्यय आणण्याचा प्रयत्न करत असेल, तर ते सांगण्याचा प्रयत्न होत असतो.

* एखादी व्यक्ती असभ्यपणे वर्तणूक करत असेल, तर ते सांगण्याचा प्रयत्न होत असतो.

* एखादा मित्र त्यांच्या मैत्रीच्या मर्यादा ओलांडून जात असेल, तर त्याला त्या गोष्टीची जाणीव करून देण्याचा प्रयत्न होत असतो.

* एखादा मित्र त्याच्या नैतिकतेच्या मर्यादा ओलांडून अघळपघळपणे बोलत

असेल, तर त्याला त्याची जाणीव करून देण्याचा प्रयत्न होत असतो.

* एखादा मित्र विनाकारण लगट करण्याचा प्रयत्न करत असेल, तर त्याला रोखण्याचा प्रयत्न होत असतो.

* एखादी मैत्रीण नको असताना चिकटण्याचा प्रयत्न करत असेल तर तिला थांबवण्याचा प्रयत्न केला जात असतो.

* एखादी मैत्रीण गळ्यात पडायला लागली असेल, तर तिला दूर करण्याचा प्रयत्न असतो.

* एखादा नातेवाईक पैशांची मागणी करून गळ्यात पडायचा प्रयत्न करत असला, तर त्याला दूर करण्याचा प्रयत्न असतो.

* एखादा नातेवाईक कुरापत करून वाद करत असेल, तर त्याला दूर सारण्यासाठीचा प्रयत्न असतो.

* एखादा नातेवाईक आपल्या व्यवहारामध्ये ढवळाढवळ करत असेल, तर त्याला जाणीव करून देण्याचा प्रयत्न असतो.

* एखादा नातेवाईक नातेसंबंधांमध्ये बिघाड करण्याचा प्रयत्न करत असेल, तर त्याला त्याची जाणीव करून देण्याचा प्रयत्न असतो.

* एखादा नातेवाईक भांडणे लावून देण्याचा प्रयत्न करत असेल, तर त्याला दूर सारण्याचा प्रयत्न असतो.

* एखादा नातेवाईक विनाकरण त्रास देत असेल तर त्याला तशी जाणीव करून देण्याचा प्रयत्न केलेला असतो.

* एखादा नातेवाईक घरामध्ये शिरून स्वास्थ्य बिघडवत असेल, तर त्याला दूर करण्याचा प्रयत्न केलेला असतो.

* एखादा नातेवाईक बाकी नातेवाइकांमध्ये काही अफवा पसरवत असेल, तर त्याला दूर करण्याचा प्रयत्न असतो.

* एखाद्या स्त्रीला एखाद्या पुरुषाची जवळीक नको असेल, तर ते सांगण्याचा प्रयत्न असतो.

या सर्व मुद्द्यांचा अर्थ पूर्णपणे लक्षात घेतला, तर नकार देऊन स्वतःची नापसंती दर्शविण्याची भूमिका कळते. नकाराचा सौम्य शब्दांमध्ये आणि वागणुकीमध्ये वापर करून स्वतःची पसंती नसल्याचा एक दाखला देता येत असतो.

उदाहरण

१) राखी नुकतीच कॉलेजमध्ये जाऊ लागली होती. नव्या ओळखी होऊ

लागल्या होत्या. एक-दोन मुलींची ओळख झाली होती. एका मैत्रिणीबरोबर तिच्या ओळखीने एक मुलगा त्यांच्याबरोबर येऊ लागला होता. तो राखीच्या हाताला, खांद्याला सहजपणे स्पर्श करत होता. राखीला त्याची ही लगट पसंत नव्हती. ती मैत्रिणींमुळे बोलत नव्हती. ती विरोध करत नाही, असे पाहून त्याने राखीबरोबर आणखी जवळीक साधण्याचा प्रयत्न केला. त्याबरोबर राखीने त्याला स्पष्ट शब्दांमध्ये सुनावले. तिने तिची नापसंती प्रकट केल्याबरोबर त्या मुलाचे पुढे तिच्याबरोबर बोलण्याचे धाडस झाले नाही.

२) वैदेहीचे लग्न एका चांगल्या कुटुंबामध्ये झाले होते. तिचा नवरा खूप प्रेमळ होता. तिचे सासू-सासरे खूप चांगले होते. ते तिच्या स्वयंपाकाचे मनापासून कौतुक करत होते. तिच्या दिराची मात्र नजर वैदेहीवर होते. वैदेहीला आधी त्यात काही वाटले नाही. पण काही दिवसांनंतर दिराच्या मनातील कावा लक्षात येऊ लागला होता. तिने तिच्या नवऱ्याला दिराबद्दल सांगितले, पण तिच्या नवऱ्याचा तिच्या बोलण्यावर विश्वास बसत नव्हता. वैदेहीला कोणताही मार्ग सापडत नव्हता. वैदेही प्रतिकार करत नाही, हे पाहून तिचा दीर तिची चारचौघांमध्ये छेड काढू लागला होता. अखेरीस वैदेहीने तिच्या दिराला चारचौघांमध्ये सुनावले. त्याच्या कृष्णकृत्याचा चारचौघांमध्ये जाब विचारला. तिच्या आक्रमक पवित्र्याने तो घाबरून गेला होता. त्याने क्षमा मागून माघार घेतली. वैदेहीने तिची नापसंती व्यक्त करायला उशीर केला होता. तोपर्यंत मात्र तिला ताणतणावाला सामोरे जावे लागले होते.

***

उत्स्फूर्त नकार

नकार म्हणजे एखाद्या विचाराला, एखाद्या घटनेला, एखाद्या कृतीला, एखाद्या हालचालीला, एखाद्या नियमाला, एखाद्या कार्याला विरोध करून ते टाळणे.

नकार हा प्रत्येक माणसाच्या आयुष्यातला एक अविभाज्य घटक असतो. प्रत्येक जण रोजच्या रोज दोन-चार विचारांना, घटनांना विरोध करत असतो. आपण कळत किंवा अगदी नकळत हा नकार देत असतो. नकार देताना आपण फार विचारही करत नसतो. नकार ही बऱ्याच वेळा एक उत्स्फूर्त प्रतिक्रिया असते. आपण एखाद्या विचाराला पट्कन नकार दिलेला आहे, याची बहुधा आपल्यालादेखील जाणीव नसते. त्या नकाराला जो काही प्रतिसाद मिळतो, त्यावरून मात्र जाणीव होते. नकाराची प्रतिक्रिया नकार दिल्यानंतर लगेच सुरू होत असते आणि त्याच्या प्रतिसादाला तोंड द्यावे लागते.

नेहमीच्या जीवनात नकार–

नेहमीच्या जीवनात किंवा अगदी रोजच्या जगण्यामध्ये 'कांदापोहे करायचे का' असे विचारल्यावर आपण पट्कन नकार देतो.

* नाश्त्याला कांदापोहे करायचे का, असे विचारल्यावर आपण पट्कन् नकार देतो. कारण रोज कांदापोहे खाऊन कंटाळा आलेला असतो आणि जिभेची चव गेलेली असते.

* दुपारी जेवणात भाजी-पोळी हवी का, असे विचारले तरी नकार देतो. कारण रोज ती कोरडी भाजी व पोळी खाण्याचा कंटाळा आलेला असतो आणि काही तरी चमचमीत खावेसे वाटत असते.

* रात्री स्वयंपाक काय करावा असे विचारले, तरी नकार देतो; कारण रोजच घरी जेवण करून कंटाळा आलेला असतो आणि बाहेर जाऊन वेगळे काही खाण्याची इच्छा असते.

* 'चहा घेणार का?' असे विचारल्यावर आपण चटकन नकार देत असतो. कारण त्यावेळी सरबत घेण्याची इच्छा निर्माण झालेली असते.

* बाहेर जाणार का असे विचारल्यावर आपण चटकन नकार देतो. कारण दिवसभर कामावर दमणूक झालेली असते आणि आता आपल्याला विश्रांती घ्यायची असते.

* ट्रीपला जायचे का असे विचारल्यावर आपण पटकन नकार देतो. कारण आत्ता सुट्टी काढता येत नसते किंवा ट्रीपसाठी पुरेसे पैसे नसतात.

* नातेवाइकाकडे जायचे का, असे विचारल्यावर आपण पटकन नकार देतो कारण एक तर ते नातेवाईक आपल्याकडे येण्याचे टाळत असतात आणि आपण त्यांच्यापुढे पुढे-पुढे काय करायचे, असा प्रश्न उभा राहत असतो.

सहज उत्स्फूर्त नकार –

* या प्रकारचा नकार विचारपूर्वक दिला जात नसतो.

* या प्रकारचा नकार मनामध्ये कोणत्याही प्रकारची अढी ठेवून दिला जात नसतो.

* या प्रकारचा नकार देताना मनामध्ये कोणत्याही प्रकारचा किंतु नसतो.

* या प्रकारचा नकार देताना कोणालाही-कोणत्याही प्रकारे दुखवायचे नसते.

* या प्रकारचा नकार देताना कोणाचाही अपमान करण्याचा हेतू नसतो.

* या प्रकारचा नकार देताना दुसऱ्या कोणाच्याही कार्यामध्ये अडथळे निर्माण करण्याचा हेतू नसतो.

* या प्रकारचा नकार देताना ठरवून काही करायचे म्हणून केले, असे काही नसते.

* कोणताही विचार न करता हा धाडकन दिलेला नकार असतो.

* या प्रकारचा नकार देताना उगाच कोणालाही त्रास देण्याचा हेतू नसतो.

***

६

नकारातून होकार

नकारातून होकार म्हणजे होकारच असतो. यामध्ये एक साधा-सरळ विचार असतो आणि तो म्हणजे होकार देण्याचा. काही लोकांच्या बोलण्यामध्ये सुरुवातच नकाराने होत असते. उदाहरणादाखल—

नाही... मी करतो.

नाही... मी जातो.

नाही... मी जेवलो.

नाही... मी भेटतो.

नाही... म्हणजे मी जाणार आहे.

नाही... म्हणजे मी भेटणार आहे.

नाही... म्हणजे मी विकत घेणार आहे.

या वाक्यातील नकाराचा 'नाही' हा अतिशय गुळगुळीत झालेला शब्द असतो. त्याचा नकारात्मक असा अर्थ घेता येत नसतो. त्याचा केवळ एक उद्गार म्हणून वापर केला जातो. त्या नंतरच्या वाक्याचा अर्थ खरा असतो.

'नाही' हा शब्द उच्चारण्यामागे कोणताही हेतू नसतो. बोलण्याची एक सवय लागलेली असते, त्याप्रमाणे बोलले जात असते. त्यापलीकडे त्या 'नाही'ला कोणतेही महत्त्व नसते.

ऐकणाऱ्या व्यक्तीचा गोंधळ उडू शकतो; पण बोलणाऱ्याचा स्वभाव आणि पद्धत माहीत असेल, तर त्याचा गैरसमज होत नाही.

— नकारातून होकार देण्याचे अनेक प्रकार

✳ पाहुण्यांकडून यजमानाला

आपण कोणाकडे पाहुणे म्हणून गेलो की, यजमान चहा-नाश्त्यासाठी विचारपूस करत असतात. आपण साहजिकच नकार देत असतो आणि यजमानांचा अंदाज घेत

असतो. त्यांनी खूप आग्रह केला, तरच चहा-नाश्त्यासाठी होकार देत असतो. त्यांनी पुन्हा आग्रह केला नाही, तर तो विचार सोडून देत असतो. आपण दिलेला नकार यजमानांना अजमावून पाहण्यासाठी दिलेला असतो. त्याच वेळी त्यांना आपल्यामुळे कोणताही त्रास होऊ नये असा, उद्देश असतो.

✱ ग्राहकाकडून विक्रेत्याला

विक्रेत्याने एखादी वस्तू दुकानामध्ये दाखवल्यावर आपण प्रथम ती वस्तू घ्यायला नकार देत असतो. ती वस्तू आपल्या गरजेची आहे की नाही, तिची किंमत खिशाला परवडणारी आहे की नाही, हे अजमावून पाहत असतो. त्यानंतर विचार करून निर्णय घेत असतो.

✱ नातेवाइकाकडून नातेवाइकाला

एखाद्या नातेवाइकाचा घरगुती व्यवसाय असतो. तो नातेवाईक आपल्याकडे त्याची उत्पादने घेऊन येतो आणि ती आपल्याला विकण्याचा प्रयत्न करू लागतो. आपली स्थिती फार विचित्र होऊन जात असते. त्यांची उत्पादने नाही घेतली तर संबंध बिघडतात आणि आपल्याला त्या उत्पादनांची गरज नसते. अशा वेळी नकाराने सुरुवात केली जाते. त्याने तो नातेवाईक गेला तर हरकत नसते. तो गेला नाही तर त्याची उत्पादने विकत घ्यावी लागतात.

✱ स्त्रीकडून पुरुषाला

पुरुषाने त्याच्या ओळखीच्या स्त्रीकडे एखादी वस्तू मागितली, तर ती पट्कन नकार देत असते. लोकांना काय वाटेल या भीतीने ती नकार देत असते. वस्तुत: ती पुरुषाचा आक्रमकपणा अजमावून पाहत असते. तिच्या नकाराने तो पुरुष माघारी गेला, तर सुंठेवाचून खोकला गेला, असे समजते. जर तो आक्रमकपणे पुढे आला, तर ती त्याला होकार देऊन मोकळी होत असते.

✱ पुरुषाकडून स्त्रीला

स्त्रीने पुरुषाला एखादे काम करायला सांगितले, तर तो प्रथम भांबावून जातो आणि नकार देतो. त्यानंतर स्त्रीने माघार घेतली, तर तो हाश् हुश् करत सुटकेचा नि:श्वास सोडतो. जर स्त्रीने पुन्हा विनंती केली, तर तो पुरुष पट्कन होकार देतो आणि काम करून मोकळा होतो.

✱✱✱

७

नकारातून भावनिक खेळ

काही लोकांना दुसऱ्यांच्या भावनांशी खेळण्याची सवय असते. त्यातच त्यांना आनंद मिळत असतो. त्यांची ही एक प्रकारची विकृती असते. पण त्यांच्या स्वभावामध्ये फरक पडत नसतो. ते इतर लोकांच्या भावनांशी खेळण्यातच धन्यता मानत असतात.

हा भावनिक खेळ (इमोशनल ब्लॅकमेल) करून ते इतरांचा गैरफायदा करून घेत असतात. त्यातून त्यांना काही ना काही फायदा निश्चितच होत असतो. त्या फायद्याचे आयुष्य अल्प असले, तरी त्यांचा आनंद मात्र तेवढाच राहत असतो. आपण दुसऱ्याला कसे वेड्यामध्ये काढून स्वत:चा कसा फायदा करून घेतला, याबद्दल त्यांना विशेष आनंद मिळत असतो.

त्यांना त्याबद्दल वाईट वाटते किंवा काही पश्चात्ताप होत असतो, असे कधी होत नसते; उलट ते फुशारकीने चारचौघांमध्ये आपण अमक्या एका व्यक्तीला कसे फसविले, असे सांगत असतात. त्यांनी कसे गंडविले, याबद्दल त्यांना अभिमान वाटत असतो.

त्यांच्या त्या वागणुकीमागे काही विकृती असते. त्यांच्या पूर्वायुष्यामध्ये त्यांना त्या गोष्टीचा काही प्रमाणामध्ये त्रास झालेला असतो. त्यांना गुदमरल्यासारखे वाटत असते. त्यांच्या स्वत:च्या भावनांना मोकळीक देण्यासाठी ते या प्रकारे वागत असतात. ते एक प्रकारे सूडच उगवत असतात. त्यांचा हा सूडाचा मार्ग दुसऱ्यांना त्रास देऊन त्यामध्ये स्वत:चा आनंद शोधण्यासाठीच असतो. अशा अवस्थेत त्यांची मन:स्थिती फार वेगळी असते. त्यांना कोणी समजावून सांगू शकत नसते आणि ते कोणाचे ऐकूनही घेऊ शकत नसतात.

काही लोकांना दुसऱ्यांची तगमग झालेली पाहायची असते. त्यांना दुसऱ्यांना

कोंडीमध्ये पकडायची सवय असते. दुसऱ्यांकडून या अवस्थेमध्ये त्यांना हवे ते काम करून घेता येत असते. त्यांना दुसऱ्यांकडून हवे तसे काम करून घेता येत असते. त्याचबरोबर दुसऱ्यांना हवी तशी वागणूक देता येत असते.

हे लोक दुसऱ्यांच्या भावनांना हात घालून त्यांना आपल्या मुठीमध्ये ठेवण्याचा प्रयत्न करत असतात. ह्या लोकांच्या एका नकाराने दुसऱ्यांच्या आयुष्याचा बट्ट्याबोळ होऊ शकत असतो. त्याबद्दल त्यांना अजिबात वाईट वाटत नसते.

काही नातेवाईक असे असतात की, त्यांच्याबरोबर संबंध ठेवायचे असतील तर काही अटी मान्य कराव्या लागतात. असे नातेवाईक स्वत:चा मोठेपणा मिरविण्यासाठी नकारात्मक अटींचा भडिमार करत असतात. त्या अटींची पूर्तता झाली नाही की, ते बहिष्कार टाकतात.

त्यांची ही वर्तणूक नकाराचीच असते. ते दुसऱ्यांच्या अस्तित्वाला अटींमध्ये बांधून ठेवत असतात. त्यांच्या या वागणुकीमुळे नातेसंबंध गुदमरून जात असतात. त्यांच्या दबावाखाली बाकी सर्वांना राहावे लागणार असते. त्यांच्या अस्तित्वामुळे बाकींच्याचे अस्तित्व धोक्यात येत असते.

दबावाखाली आलेली नातेवाईकमंडळी त्यांच्या पद्धतीने प्रतिकार करत असतात. त्यांचा राग आवरला नाही, तर भांडण होत असते. कधी मारामारी पण होत असते आणि एखाद्याचा खून त्यांच्या या वागणुकीमुळे पण होत असतो. तर काही जण नातेवाईकांच्या त्रासाला कंटाळून आत्महत्येचा मार्ग निवडत असतात. नकारातून अशा नकारात्मक घटनाही घडत असतात.

***

भाऊ-बहिणीमध्ये भावनिक खेळ

भाऊ-बहिणीमध्ये भावनिक खेळ तर राजरोसपणे घडत असतो. त्यामुळे बहुधा भावा-बहिणींमधील नातेसंबंध बिघडून जात असतात. ज्यांचे टिकतात, त्यांच्यामध्ये असा भावनिक खेळ होत नसतो.

भावनिक खेळ कसे होतात?

* बहुधा बहिणीचे लग्न होऊन ती सासरी जाते, पण ती एक पाय माहेरी रोवून ठेवते.

* बहीण धाकटी किंवा मोठी असली, तरी तिचे भावांच्या आधी लग्न होते म्हणून आपल्याला जास्त कळते, असे तिला वाटायला लागते.

* बहीण बहुधा भावाच्या बायकोला घरामध्ये कसे वागायला पाहिजे, हे शिकवण्याचा प्रयत्न करत असते.

* बहीण बहुधा भावाच्या घरामध्ये लग्न झाल्यानंतरदेखील ठिय्या मांडून बसते.

* भावाच्या घरातील प्रत्येक छोट्या-मोठ्या निर्णयामध्ये स्वतःचा सहभाग असायला पाहिजे असा अट्टहास बहीण धरून असते.

* भावाच्या घरामध्ये वर्चस्व गाजावण्याचा प्रयत्न बहीण करत असते आणि म्हणूनच बहीण व भावाच्या बायकोमध्ये वाद व्हायला सुरुवात होत असते.

* बहीण भावाला त्याच्या बायकोच्या विरुद्ध सांगून त्यांच्यामध्ये भांडण लावून देण्याचा प्रयत्न करत असते.

* भावाच्या घरचे पानदेखील आपल्या सल्ल्याशिवाय हलायला नको, अशा रीतीने बहीण वागत असते.

* बहिणीच्या म्हणण्याप्रमाणे भाऊ वागला नाही, तर त्याच्याबरोबर बोलणे सोडून देण्याची धमकी ती भावाला देत असते.

* भावावर आपल्या म्हणण्याप्रमाणे वागण्याचे दडपण बहीण आणत असते.

* भावाच्या घरातील छोट्या-छोट्या निर्णयांमध्येदेखील बहीण हस्तक्षेप करीत असते.

* एवढे सगळे करून भावाच्या बायकोला साधे निर्णय पण घेता येत नाहीत, असा आरोप करून बहीण भावाच्या बायकोचा चारचौघांमध्ये अपमान करत असते.

* आपल्या नवऱ्याची आणि मुलाबाळांची सरबराई करण्यासाठी भावावर बहीण दडपण आणत असते आणि तसे न केल्यास त्याच्यावर रुसून बसण्याची धमकी देत असते.

* भावाच्या घरामध्ये बहीण चक्क दादागिरी करत असते आणि सर्व कुटुंबीयांना वेठीला धरून तिच्या मर्जीप्रमाणे वागायला भाग पाडत असते.

भावाच्या घरी बहीण व्यत्यय

बहीण-भावाचे खूप नाजूक नाते असते. भाऊ बहिणीचा खूप चांगल्या प्रकारे सांभाळ करत असतो. तिची हौस-मौज पुरवण्याला प्राथमिकता देत असतो. तिला सर्व सुखसोई मिळाव्यात, म्हणून तो कोणत्याही प्रकाराची कुचराई करत नसतो.

श्रीमंत घरातील बहीण-भाऊ असले, तर भाऊ लाखात खर्च करत असतो. मध्यमवर्गीय घरातील भाऊ असला तरी तो बहिणीला मदत करायला मागे-पुढे पाहत नसतो. तो खस्ता स्वस्ता खाऊन बहिणीच्या मार्गातले सगळे अडथळे दूर करण्याचा प्रयत्न करत असते. गरीब घरातील भाऊ असला तरी तो त्याच्या कुवतीनुसार बहिणीला सुखसोई देण्याचा प्रयत्न करत असतो.

कोणत्याही बहिणीच्या घरी, तिच्या नोकरी किंवा व्यवसायामध्ये कोणत्याही प्रकारचे अडथळे भाऊ निर्माण करत नसतो. उलट, बहिणीच्या प्रगतीच्या मार्गातील अडथळे तो दूर करत असतो. तिच्या आयुष्यामध्ये, तिच्या प्रगतीच्या मार्गामध्ये कोणताही व्यत्यय येणार नाही, याची काळजी घेत असतो. एखादे संकट बहिणीवर आले तर ते मात्र तो स्वत:च्या अंगावर झेलत असतो.

या नात्याची ही बाजू फार महत्त्वाची असते. कारण बहीण कितीही मोठी झाली, तरी भाऊ तिला नेहमी आदरानेच वागवत असतो. भावाची परिस्थिती बहिणीच्या परिस्थितीपेक्षा कितीही कमी-जास्त झाली, तरी भाऊ त्या गोष्टीचा नातेसंबंधांवर परिणाम होऊ देत नसतो. तो तिच्याबरोबर तितक्याच प्रेमाने आणि आदराने वागत असतो.

याउलट, बहीण मात्र भावाच्या या चांगुलपणाचा गैरफायदा घेऊ लागते. ती त्याच्या घरावर, त्याच्या बायकोवर, त्याच्या मुलांवर वर्चस्व गाजवत राहते. तिची

परिस्थिती श्रीमंतीची असेल, तर मग विचारायची सोय नसते! भावाचा आणि त्याच्या बायकोचा बहीण ठायी-ठायी अपमान करत असते.

प्रत्येक कार्यक्रमामध्ये, प्रत्येक समारंभामध्ये ती भावाला आणि त्याच्या बायकोला छोटी-मोठी कारणे काढून त्यांच्यातली कमतरता दाखवत असते. त्यांना कमी लेखत असते आणि टोचून बोलत असते.

भावाच्या बाबतीत जे काही चांगले असेल, ते तिच्या सासरी सांगत नसते. त्यामुळे भावाबद्दलचे एक वेगळेच चित्र निर्माण होते आणि बहिणीच्या सासरचे भावाला त्या दृष्टीने पाहत असतात व तशीच वागणूक देत असतात. बहिणीला भाऊ काही बोलत नसतो आणि मुकाटपणे समोर येईल ते पाहत राहतो.

काही वेळा बहीण स्वत:चा मोठेपणा निर्माण करण्यासाठी आणि तो टिकविण्यासाठी भावाच्या कर्तृत्वावर पडदा टाकत असते. भावाने कितीही मोठे आणि चांगले काम केले तरी ते झाकण्याचा आटोकाट प्रयत्न बहीण करत असते. त्यासाठी बहीण भावाच्या बायकोला धारेवर धरत असते.

भावजयीच्या बारीक चुका शोधून काढत असते. तिने चुका केल्या नाही तरी तिने काही चुका केल्या असे, सांगून भावजयीच्या विरुद्ध वातावरण निर्माण करून ठेवते. नातेवाइकांना हा मालमसाला मिळाला की, ते चारचौघांमध्ये बोलून मोकळे होत असतात.

ती भावजय समारंभामध्ये किंवा लग्नकार्यामध्ये दिसली की, तिचा अपमान करण्याची संधी सोडत नसते. भावजयीला टाकून बोलत असते. तिला या कार्यक्रमामध्ये का आलो असा प्रश्न पडतो. इतकी वाईट स्थिती बहीण करून टाकत असते.

या नकारात्मक वागणुकीतून बहीण स्वत:चे मोठेपण सिद्ध करण्याचा प्रयत्न करत असते. स्वत: जर इतर कोणत्याही कृत्यातून किंवा वागणुकीतून मोठे होऊ शकत नसेल, तर दुसऱ्याला लहान सिद्ध करण्याचा प्रयत्न करत असतो. दुसऱ्याची किंमत कमी कशी होईल, याकडे लक्ष द्यायचे असते.

हे सर्वच बहिणी करतात असे काही नसते; पण बहुतांश बहिणी या पद्धतीने भावाला आणि भावजयीला वागवत असतात. यामध्ये दोघांचेही नुकसान होत असते. भाऊ हे भावनिक खेळ गप्प राहून सहन करत असतात आणि बहिणी याच गोष्टीचा फायदा घेत असतात.

उदाहरणे -

१) वृंदाचे लग्न होऊन जेमतेम महिना झाला होता. ती सासरी गेल्यानंतर तिचा स्वभावच बदलून गेला होता. ती तिच्या भावाला म्हणजे वरुणला अपमानास्पद

वागणूक देत होती. वृंदाचे श्रीमंत घरामध्ये लग्न झाले होते. आत्ता तिच्याकडे बंगला, गाडी, नोकर-चाकर होते. वरुण मात्र चाळीमध्ये भाड्याच्या खोलीमध्ये राहत होता. वृंदाने जमेल तेव्हा त्याचा अपमान करायला सुरुवात केली होती. त्याच्या गरीब परिस्थितीची टिंगल करायला सुरुवात केली होती. चारचौघांमध्ये, नातेवाइकांसमोर अशी वागणूक दिल्याने वरुणला वृंदाकडे जावेसे वाटत नव्हते. तो तिच्या घरी येत नाही, म्हणून दुसरीकडून वृंदा त्याच्या नावाने शंख करत होती. वरुणसाठी तर 'इकडे आड तिकडे विहीर' अशी गत झाली होती.

२) प्रभाचे लग्न होऊन एक वर्ष झाले होते. तिच्यानंतर एका वर्षाने प्रतीकचे म्हणजे प्रभाच्या भावाचे लग्न झाले होते. प्रभा मात्र प्रतीकवर वर्चस्व गाजवत होती. तिच्या सल्ल्याशिवाय प्रतीक एकसुद्धा निर्णय घेत नव्हता. पण लग्न झाल्यानंतर प्रतीकला त्याच्या बायकोचे म्हणजे प्राजक्ताचे ऐकावे लागत होते. प्रभाच्या वर्चस्वाला प्राजक्तामुळे खिंडार पडायला लागले होते. प्रभा तिचे वर्चस्व टिकवून ठेवण्यासाठी प्रतीकला प्राजक्ताविरुद्ध कसे वागायचे, हे शिकवत होती. प्रतीकने प्राजक्ताचे म्हणणे ऐकले की, प्रभाचा पारा चढत होता आणि प्रतीक प्रभाच्या म्हणण्याप्रमाणे वागायला लागला की, प्राजक्ता निराश होऊन जात होती. एकीकडे आग तर दुसरीकडे फुफाटा अशी त्याची स्थिती झाली होती.

३) मीनाक्षी आणि मदन यांच्यामध्ये खूप जिव्हाळ्याचे संबंध होते. दोघे बहीण-भाऊ एकमेकांवर जीवापाड प्रेम करत होते. लग्न झाल्यानंतर मात्र मीनाक्षी पार बदलून गेली. मदनच्या लग्नामध्ये तिने माहेरच्या घरावर जणू पूर्णपणे कब्जा घेतला होता. मीनाक्षीच्या जावा पण तिच्यासारख्याच होत्या. चौघीही एकाच माळेतील मणी होत्या. प्रत्येक जावेचे त्यांच्या भावावर वर्चस्व होते. त्यांनी सांगितल्याशिवाय त्यांचे भाऊ आणि भावजया जेवणसुद्धा करत नव्हत्या. मीनाक्षीला मदनकडून तेच अपेक्षित होते. पण मदनला हा त्याचा अपमान वाटायला लागला होता. त्यामुळे मीनाक्षी आणि मदन यांच्या संबंधांमध्ये तणाव निर्माण झाला होता. मदनला मीनाक्षीचे हे वागणे पटत नव्हते आणि मीनाक्षी मात्र मदन व त्याच्या घरच्या लोकांवर कब्जा मिळवण्याचा प्रयत्न करत होती. यातून दोघांमध्ये असलेले भावाबहिणीचे नाते मात्र तुटायला आले होते.

४) वीणाचे लग्न झाल्यानंतर ती पार बदलून गेली होती. तिचा भाऊ विद्येश पूर्वी तिच्याबरोबर चर्चा करून निर्णय घेत होता. आता विद्येश मात्र गडबडून गेला होता. वीणाचे लग्न झाल्यानंतर तिने नातेवाइकांमध्ये सांगायला सुरुवात केली की, तिच्या सल्ल्याशिवाय विद्येश कोणताही निर्णय घेऊ शकत नव्हता. ही बाब विद्येशपर्यंत

नातेवाइकांकडून पोहोचली होती. त्याने वीणाला याविषयी विचारले. वीणाने असे काही म्हटल्याचा साफ इन्कार केला. विद्येश गोंधळात पडला होता. काही दिवसांनी त्याच्या नातेवाइकांकडून वेगळीच माहिती पुढे आली होती. विद्येशला अभ्यास करता येत नव्हता, म्हणून तो मागे पडला होता. त्याचबरोबर विद्येशला चांगले काम करता येत नव्हते, म्हणून तो नोकरीमध्ये प्रगती करू शकत नव्हती. विद्येश चिडखोर आणि भांडखोर होता म्हणून तो नोकरीमध्ये मागे पडत होता. जे काही घडलेच नाही, ते त्याच्या नावावर खपवून वीणा मोकळी झाली होती. विद्येशने वीणाला जाब विचारल्यावर तिने साफ इन्कार केला. ती सपशेल खोटे बोलत होती आणि स्वत:चा मोठेपणा वाढवण्याचा प्रयत्न करत होती.

१) राजेंद्रचे त्याच्या बहिणीवर खूप प्रेम होते. त्याची बहीण राधा पण त्याच्यावर खूप प्रेम करत होती. राजेंद्रचे आईवडील अकाली मृत्यू पावल्यामुळे राधाच्या लग्नाची संपूर्ण जबाबदारी राजेंद्रवरच होती. त्याने पण राधासाठी चांगले स्थळ शोधून आणले. त्याच्या योग्यतेपेक्षा श्रीमंत घर शोधून आणले आणि राधाचे लग्न लावून दिले. पण लग्नानंतर राधाच्या डोक्यामध्ये श्रीमंतीची हवा लागली होती, ती राजेंद्रला विसरून गेली होती. तिने राजेंद्रबरोबर बोलणे सोडून दिले होते. त्याची गरीब परिस्थिती तिला सलत होती. त्यामुळे राजेंद्रला ताणतणावाला सामोरे जावे लागत होते.

२) शशीचे लग्न झाले तेव्हा तिच्या भावाने तिच्यासाठी खूप खर्च केला होता. त्याने कोणतीही कसर बाकी ठेवली नव्हती. तरी ही तिच्या सासरच्या लोकांकडून सतत मागणी होत राहिली. शशीने सासरच्या लोकांचा अजिबात उल्लेख न करता तिच्या मागण्या आहे असे भासवले आणि भावाकडून वेळोवेळी हवे ते मागून घेतले. तिच्या मागण्या तिचा भाऊ तिच्या प्रेमापोटी पूर्ण करत होता. त्याची ऐपत होती म्हणून तो तिच्या मागण्या पूर्ण करू शकत होता. एरवी त्याच्याजागी दुसरा कोणी असता तर तो त्या मागण्या पूर्ण करू शकला नसता हे सत्य होते. पण शशीच्या सासरच्या मागण्यामुळे शशीला आणि तिच्या भावाला ताण तणावाला सामोरे जावे लागत होते. तिचा भाऊ नकार देत नव्हता म्हणून त्याला त्रास होत होता. काही प्रमाणात का होईना शशीला पण त्रास होत होता. तिने सासरच्या लोकांचे म्हणणे ऐकायला नकार दिला नव्हता. तिला दोन्ही घरची बाजू सांभाळून घ्यावी लागत होती.

***

◆ **१**

नातेसंबंधांमध्ये भावनिक खेळ

नातेसंबंधांमध्ये भावनिक खेळ तर राजरोसपणे घडत असतात. त्यामुळे नातेसंबंध बिघडत असतात.

नातेसंबंधांमध्ये भावनिक खेळ करण्याची काही ठळक कारणे पुढे नमूद केली आहेत.

* आपल्या घराण्याचे नाव मोठे आहे, हे वारंवार सिद्ध करणे.

* आपली श्रीमंती आहे आणि त्यामुळे आपण मोठे असल्याचे सिद्ध करणे.

* आपल्याकडे जास्त पैसा आहे आणि त्यामुळे लोकांनी आपले ऐकायला पाहिजे, हे सिद्ध करणे.

* आपण गरीब नातेवाइकांना कमी लेखतो आहे, हे सांगणे.

* गरीब नातेवाइकांना त्यांची जागा दाखविणे.

* गरीब पण उच्चशिक्षित असेल तरी त्याला कमी लेखून त्याची किंमत कमी करणे.

* आपल्या म्हणण्याप्रमाणे लोकांनी वागावे, या दृष्टीने सर्व प्रयत्न करणे.

* आपले वर्चस्व सिद्ध करणे.

* आपले निर्णय बाकी सर्वांवर लादणे.

* आपल्याशिवाय पान हलत नाही, हे सर्वांना आवर्जून दाखविणे.

उदाहरणे -

१) विश्वासच्या घरामध्ये खूप पैसा होता. वडिलोपार्जित संपत्ती होती. शिवाय विश्वास मॅनेजरच्या पदावर काम करत होता. त्यांचे राहणीमान साहजिकच खूप वरच्या दर्जाचे होते. बाहेर जेवायला गेल्यावर पाच-सहा हजार रुपये एका वेळी खर्च करण्याची त्याची ऐपत होती. विश्वासचे बाकीचे नातेवाईक मात्र त्याच्या तुलनेने गरीब होते. त्यांचे उत्पन्न विश्वासच्या उत्पन्नाच्या कैकपट कमी होते. त्यामुळे विश्वासच्या घरी

जाताना ते जरा दबकूनच जात होते. विश्वासने आधीच सगळ्यांना सांगून ठेवले होते की, कोणीही त्याला अवेळी फोन करू नये आणि भेटायचे असेल तर फोन करूनच यावे. विश्वासला फोन करण्याची नक्की वेळ माहीत नव्हती आणि फोन केलाच तर तो ती वेळ त्याच्यासाठी योग्य नाही, असे सांगत होता. त्याच्या नक्की वेळेचे गणित कोणालाच कळत नव्हते. विश्वासने सगळ्या नातेवाइकांना योग्य पद्धतीने कटविले होते. किंबहुना, श्रीमंतीच्या गर्वामुळे तो दुसऱ्यांना कचरा-किंमत देत होता.

२) रजनीशच्या घरी त्याच्या आई-वडिलांच्या मोठ्या परिचयामुळे नातेवाइकांची ये-जा चालू होती. त्या नातेवाइकांची सरबराई करताना जगदीश आणि त्याची बायको ज्योतीचा जीव अगदी मेटाकुटीला आला होता. त्यांना काय करावे, हे सुचत नव्हते. रजनीशचे वडील आजारी पडल्यावर त्यांना दवाखान्यामध्ये भरती करण्यात आले होते. नातेवाइकांचा सगळा ओघ दवाखान्यामध्ये सुरू झाला होता. तो टाळण्यासाठी त्याने सर्व नातेवाइकांना दवाखान्यामध्ये येऊन भेटण्यास बंदी केली. त्यामुळे कोणीही नातेवाईक दवाखान्यामध्ये येऊ शकत नव्हते. त्याच्या एका नकाराने सर्व नातेवाईक अचानक तुटून गेले. पेशंटला विश्रांती पाहिजे, ही सबब सांगून त्याने नातेवाइकांना घरी भेटायला येण्यावर पण बंदी घातली होती. या प्रकारे त्याने सर्व नातेवाइकांना कटविले होते.

३) अरविंदला एक वाईट खोड होती. त्याला एका मोठ्या कंपनीमध्ये मॅनेजरची नोकरी होती. त्याला भरपूर पगार होता. सर्व काही सुखसंपन्न होते; पण त्याला त्याचा मोठेपणा दाखवण्याची हाव काही सुटत नव्हती. कोणी नातेवाइकाने भेटण्याचे ठरविले की, तो होकार देत होता. तो भेटण्याची वेळ पण निश्चित करत होता. पण नातेवाईक घरी येण्याच्या वेळी नेमके काही काम काढून तो बाहेर जात होता. भेटायला आलेल्या व्यक्तीला नाइलाजाने त्याची वाट पाहात अस्वस्थपणे थांबायला लागत होते. अर्ध्या-पाऊण तासाने तो घरी परत येत होता आणि पाच मिनिटांमध्ये त्या नातेवाइकाला वाटेला लावत होता.

४) वीरेंद्र सुस्थितीत होता, पण गोड बोलून लोकांना गुंडाळून ठेवण्यात पटाईत होता. त्याच्याकडे कोणी नातेवाईक काही मदत मागायला आले की, तो त्यांच्याबरोबर गोड बोलत होता. त्यांच्याबरोबर अतिशय सलोख्याचे संबंध असल्याचे दाखवत होता. त्यांची सर्व कामे करून घ्यायचे तो वचन देत होता. ते गेल्यानंतर मात्र तो काहीच करत नव्हता. त्या नातेवाइकांनी कामाच्या संदर्भामध्ये विचारले तर ते काम उद्या करू किंवा परवा करू– असे सांगून तो त्यांना झुलवत ठेवत होता. शेवटपर्यंत तो त्यांचे एकही काम करत नव्हता. त्या नातेवाइकांना नाचवण्यामध्ये

त्याला मजा वाटत होती. अखेरीस ते नातेवाईक कंटाळून त्याचा नाद सोडून देत होते. वीरेंद्र त्याच्या कृतीमधून नकार देऊन त्याच्या नातेवाइकांच्या भावनांशी खेळ करत होता.

५) अनिताचे विसाव्या वर्षी लग्न झाले आणि त्यामुळे तिला शिक्षण सोडून द्यावे लागले होते. ती घरातली थोरली जाऊ होती. त्यामुळे घरामध्ये इतर जावांच्या आधी तिने वर्चस्व मिळवून ठेवले होते. तिच्यानंतर आलेल्या जावांना तिने तिच्या अधिकाराखाली ठेवले होते. तिने घरामध्ये तिच्या म्हणण्याप्रमाणे सगळ्यांना वागायला प्रवृत्त केले होते. प्रत्येक जण तिला विचारून घरामध्ये भाजीपाला, कपडेलत्ते विकत आणत होता. तिच्या मर्जीशिवाय घरामध्ये कोणाचे पानही हलत नव्हते. तिने इशारा केला, तर तिचा नवरा हालचाल करत होता; नाही तर मुकाटपणे टीव्ही पाहत होता. तिने नकाराच्या कृतीतून सगळ्यावर वर्चस्व ठेवले होते. ती सगळ्यांच्या भावनांशी खेळत होती आणि त्यांना हवे तसे खेळवत होती.

६) वर्षाला चांगले सासर मिळाले होते. तिचा नवरा सुस्वभावी होता. तिचे सासू-सासरे तिला सांभाळून घेणारे होते. तिला पैशाची ददात नव्हती. तिला सर्व सुखसोई उपलब्ध होत्या. तिची वागणूक मात्र नकारात्मक होती. सुखदेखील बोचरे असते, असे म्हणतात. वर्षलादेखील तिला मिळणारे सुख उपभोगता येत नव्हते. तिचा स्वभाव मुळातच हट्टी होता. म्हणून ती मनमानी करत होती. तिच्या म्हणण्याप्रमाणे काही घडले नाही, तर ती रुसून-फुगून बसत होती. तिला तिच्या आवडीचे पदार्थ करून खाण्याची आवड होती. घरच्या बाकी लोकांनी तडजोड करून तिच्या आवडीचे पदार्थ खायला सुरुवात केली होती. पण वर्षाला स्वत:ला मात्र ही तडजोड करता येत नव्हती. वर्षा तिच्या या नकारात्मक वागणुकीतून सर्व कुटुंबीयांना वेठीला धरत होती.

७) मदालसाचे लग्न झाले होते. तिचे कुटुंबीय तसे सुस्थितीत होते. सगळे तसे खाऊन-पिऊन सुखी होते. मात्र मदालसाने त्यांना धक्काच दिला होता. मदालसाला स्वयंपाक करण्याचा कंटाळा होता. तिला बाहेर हॉटेलमध्ये खाण्याची सवय होती. ती रोज नवऱ्याकडे हट्ट करत होती आणि त्याला बाहेर जेवायला न्यायला भाग पाडत होती. तिला सांभाळून घेणे तिच्या नवऱ्याला जरुरीचे वाटत होते. कारण तिला सांभाळले नाही, तर तिची सर्वच बाबतींत नकारघंटा सुरू होत होती. तिच्यापुढे तिच्या नवऱ्याला हात टेकावे लागत होते. मदालसा मात्र नकाराचा वापर करून घेऊन तिला हवे ते मिळवत होती. ती एक शस्त्र म्हणून नकाराचा वापर करत होती आणि तिच्या नवऱ्याच्या भावनांशी हवे तसे खेळत होती.

उदाहरण

१) रितेशने गरिबीतून यश मिळविले होते. त्याने शिक्षण घेऊन तो डॉक्टर झाला होता. त्याचा व्यवसाय पण चांगला चालला होता. त्याची परिस्थिती वाईट असताना त्याच्या सर्व नातेवाईकांनी त्याच्याकडे पाठ फिरविली होती. त्याने कोणाचीही मदत न घेता स्वत:च्या पायावर उभा राहिला होता. त्याने सगळ्यांपेक्षा जास्त यश मिळविले होते. त्याचे यश पाहून त्याचे नातेवाईक त्याच्या यशामध्ये वाटेकरी व्हायला आले होते. रितेशबरोबर जवळकीचे नाते सांगायला लागले होते. रितेशला पार्टीला, लग्नकार्याला आवर्जून बोलावत होते. तो त्यांना नकार देऊ शकत नव्हता हीच त्याची सर्वात मोठी समस्या होती. तो नकाराचा वापर करून स्वत:ला सुरक्षित ठेवू शकत होता.

२) रोमा लग्नाआधी नोकरी करत होती म्हणून लग्न झाल्यानंतरसुद्धा तिने नोकरी चालू ठेवली होती. पण तिच्या सासूला मात्र हे पसंत नव्हते. तिने रोमाच्या कामाच्या व्यतिरिक्त घरातील कामाची जबाबदारी टाकली होती. रोमाने ती जबाबदारी पण कोणत्याही प्रकारे नकार न देता स्वीकारली होती. रोमाच्या सासूने सर्व पगार तिच्या हातामध्ये देण्याची जबरदस्ती केली होती. रोमाने नकार न देता ती अट पण मान्य केली होती सासूचा त्रास होऊ नये अशी तिची अपेक्षा होती पण तिची अपेक्षा फोल ठरली होती. रोमाची सासू शिरजोर होती. तिने घरातील भांडेवाली कपडे धुण्यासाठी ठेवलेली बाई पण कामावरून काढून टाकली आणि त्या सर्व घरकामाची जबाबदारी रोमावर टाकली होती. रोमाने नकार न देता ती पण स्वीकारली होती. ती सर्व त्रास सहन करत राहिली होती.

***

नवरा-बायकोमध्ये भावनिक खेळ

नवरा-बायकोमध्ये भावनिक खेळ हा कित्येक हजार वर्षांपासून चालत आलेला आहे. नवरा-बायकोचे नाते अत्यंत जवळिकीचे, आपुलकीचे आणि एकमेकांवरच्या विश्वासाचे असते. एकमेकांवर भरवसा ठेवून नवरा आणि बायको त्यांच्या संसाराची गाडी पुढे नेत असतात. पण बऱ्याच प्रसंगी नवरा-बायको दोघेही नकाराचा अधिकार वापरत जातात. त्यामुळे त्यांच्या मनामध्ये एकमेकांविषयी गैरसमज निर्माण होऊ शकतात. त्यांच्यामधील नाजूक बंधनाचे धागे तुटायला लागतात. त्यांच्यामधील भावनिक गुंतवणूक कोणत्या ना कोणत्या कारणाने बिघडली की, त्यांच्यामधील संबंध बिघडून जातात. पण आपल्या संस्कृतीप्रमाणे मुलांचे हाल होऊ नयेत, म्हणून दोघेही विभक्त होण्याचे टाळतात. एकमेकांबरोबर राहता येत नसते आणि एकमेकांशिवाय पण राहता येत नसते– अशा अवस्थेत ते संसार करू लागतात. त्यांच्या भावनांचा अक्षरशः चुराडा होत असतो आणि ते स्वतःला कसेबसे सावरून संसार करत असतात.

नवऱ्याकडून भावनिक खेळ –

* नवरा बहुधा घरात कमावता असतो, तर बायको घर सांभाळत असते.
* नवऱ्याची घरामध्ये हुकूमत चालत असते.
* नवऱ्याच्या मर्जीने घरातले सर्व निर्णय घेतले जात असतात.
* नवऱ्याच्या विचारांनी घर चालत असते. ते विचार चुकीचे असले तरी त्याच्याविरुद्ध बोलण्याचे धाडस होत नसते.
* नवऱ्याला बायकोने प्रतिप्रश्न करायचे नसतात.
* नवऱ्याने एखादा विशिष्ट निर्णय घेतला, तरी त्यासंबंधीची कोणतीही कारणे बायकोला सांगण्याची गरज त्याला वाटत नसते.
* नवरा व्यसनी असला, तरी बायकोने त्याला विरोध करायचा नसतो.

* नवरा बाहेर हिंडण्या-फिरण्यावर पैसे उधळत असला, तरी बायकोने त्याला अजिबात जाब विचारायचा नसतो.

* नवरा बाहेरख्याली असला तरी बायकोने त्याला अजिबात जाब विचारायचा नसतो.

* नवऱ्याच्याच विचारांनी बायकोने वागायचे असते. त्यामध्ये स्वत:चे विचार मिळवायचे नसतात.

वरील मुद्द्यांवरून स्पष्ट होत आहे की, नवऱ्याचे घरावर सार्वभौम राज्य असायला पाहिजे असते. नवरा जे सांगेल, ते बायकोने करायला पाहिजे असते. ही नवऱ्याची बायकोसाठी नकाराचीच भूमिका असते. नवऱ्याने वर्चस्व गाजविणे, हीदेखील नकाराचीच भूमिका असते. नवऱ्याने बायकोला घर चालवण्यासाठी पैसे दिले की, त्याची जबाबदारी संपत असते. त्यानंतर बायकोने ते पैसे कसे वापरायचे, हा तिचा प्रश्न असतो. पण पुढील महिनाभर तिने नवऱ्याकडे काहीही मागणी करायची नसते. या ठिकाणी नवऱ्याची अधिकारशाही चालत असते, तर बायकोची ससेहोलपट होत असते. बायकोची नवऱ्यामध्ये, मुलांमध्ये, संसारामध्ये खूप मोठी भावनिक गुंतवणूक असते; पण तिच्या भावनांची नवऱ्याला कदर नसते. बहुधा नवऱ्याला या गोष्टीची माहिती पण नसते. किंबहुना, त्याला कोणती जाणीवपण नसते. त्याच्या दृष्टीने या सर्व बाबी क्षुल्लक असतात. त्यांना तो फारसे महत्त्व देत नसतो आणि त्यातूनच त्यांच्यातील संबंध दुरावले जातात.

बायकोकडून भावनिक खेळ –

* बायको पण कमावती असते.

* कमावती बायको असल्यामुळे ती घरामध्ये तिचे पण स्थान आहे, हे सिद्ध करण्याचा प्रयत्न करत असते.

* बायको संसारामध्ये स्वत:चे कमावलेले पैसे कसे खर्च करायचे, याचा निर्णय स्वत:च घेत असते.

* बायको बरेच निर्णय स्वत:च घेत असते आणि त्या निर्णयामध्ये नवऱ्याला सहभागी करून घेत नसते.

* बायकोचे उत्पन्न नवऱ्याच्या उत्पन्नापेक्षा जास्त असेल, तर ती सर्व निर्णय स्वत:च घेऊ लागते. त्या ठिकाणी नवऱ्याला कोणत्याही बाबतीत विचारात घेत नसते.

* नवरा जर नोकरी-व्यवसाय करत नसेल, तर नाइलाजाने बायकोला नोकरी किंवा व्यवसाय करून घरामध्ये उत्पन्नाचे स्रोत निर्माण करावे लागतात.

अशा ठिकाणी बायको नवऱ्याला पोसत असते आणि संसाराचा सगळा भार उचलत असते.

* घरामध्ये बायकोचे वर्चस्व असले की, तिच्या म्हणण्याप्रमाणे सगळ्यांना वागावे लागत असते. तिचे म्हणणे बरोबर आहे का चूक आहे, याची कोणत्याही प्रकारे पडताळणी करता येत नसते. त्यामुळे कधी फायदा पण होत असतो आणि कधी मोठे नुकसान पण होत असते. तिची बुद्धिमत्ता आणि तिचे कौशल्य मर्यादित पण असू शकते.

बायकोमधून नकार वरील मुद्द्यांवरून स्पष्ट होत असतो. बायकोला घरामध्ये तिचे सार्वभौम राज्य असायला पाहिजे असते. तिचे म्हणणे नवऱ्याने आणि कुटुंबीयांनी मुकाटपणे ऐकायला पाहिजे, असे तिला वाटत असते. त्यासाठी ती धडपड करत असते. सर्वच बायका या प्रकारामध्ये मोडत नसतात. पण बहुतांश बायका या दृष्टीने प्रयत्न करत असतात.

नवरा आणि बायकोचे नातेच असे नाजूक असते की, त्यामध्ये सामंजस्य असायलाच हवे. पण कधी नवऱ्याचे वर्चस्व असते तर कधी बायकोचे वर्चस्व असते, त्यामुळे पारडे कधी इकडे झुकत असते, तर कधी तिकडे झुकत असते.

नवरा-बायकोमधील भावनिक खेळाची सुरुवात त्यांचे लग्न झाल्यानंतर होत असते. दोघांच्या संबंधांमध्ये नवरा वर्चस्व मिळवतो का बायको वर्चस्व मिळवते, यावरून पुढे काय आणि कसे होणार, हे ठरत असते.

परंपरेप्रमाणे नवरा मर्दुमकी गाजवण्याचा प्रयत्न करत असतो. सर्वत्र पुरुषप्रधान समाजाची रचना असल्याने कमाईची साधने पुरुषाला उपलब्ध असतात. म्हणून नवरा सर्वांवर हक्क गाजवण्याचा प्रयत्न करत असतो. तो सांगेल, ती पूर्वदिशा ठरत असते आणि तो बोलेल, ते ब्रह्मवाक्य ठरत असते.

गेल्या दशकामध्ये फार मोठे बदल घडून आले आहेत. स्त्रिया शिक्षणाने ज्येष्ठ पदावर जाऊन पोहोचल्या आहे. आयसीसीआय बँकेत श्रीमती चंदा कोचर एक उच्च पदस्थ अधिकारी आहेत. त्यांच्यासारख्या अनेक स्त्रिया मल्टिनॅशनल कंपनीच्या अध्यक्ष किंवा उपाध्यक्षपदी आहेत. श्रीमती इंद्रा नूयी, श्रीमती शॉ वगैरेंचे कार्यदेखील उत्तुंग आहे. अशा परिस्थितीमध्ये स्त्री घराच्या 'चूल आणि मूल' या चौकटीतून बाहेर पडून स्वत:चे अस्तित्व सिद्ध करत आहे.

साहजिकच ज्या घरांमध्ये कर्तृत्ववान स्त्रिया असतात, त्या घरांमध्ये त्यांचाच अधिकार चालत असतो. हे अशा रीतीने घडायलाच पाहिजे असते, यामध्ये दुमत नाही. पण तरीही काही घरांमध्ये याच गोष्टीचा गैरफायदा घेऊन बायका नकाराचा

वापर करत असतात आणि त्या नकाराचा त्रास मात्र नवऱ्याला व अन्य कुटुंबीयांना होत असतो. या नकारामुळे विशेष करून नवऱ्याचे फार हाल होत असतात. त्याच्या भावनांशी खेळ झाल्यानंतर मात्र तो कोलमडून पडतो.

कायद्याने पण स्त्रियांना विशेष करून बायकांना झुकते माप दिले आहे. त्यामुळे जर नवऱ्याने बायकोचे ऐकले नाही, तर ती त्याच्या विरुद्ध खोटे आरोप ठेवून त्याच्या आयुष्याची वाट लावून टाकायला मागे-पुढे पाहत नसते. पूर्वी अत्याचाराला बळी पडलेल्या स्त्रियांची संख्या खूप होती. आता बायकोच्या अत्याचाराला बळी पडलेल्या नवऱ्यांची संख्या पण खूप झालेली आहे.

या विषयाच्या बाजूने किंवा विरुद्ध मत मांडण्याचा इथे प्रपंच नाही; जी काही वस्तुस्थिती आहे, त्यासंबंधी सत्य परिस्थिती मांडण्याचा प्रयत्न केला आहे. कारण हा प्रश्न प्रत्येक घरातला झालेला आहे. एक तर नवरा किंवा बायको कोणी तरी या भावनिक खेळाला बळी पडत असते. त्याचा खूप मानसिक त्रास सहन करावा लागतो आणि त्रास सहन न झाल्याने आत्महत्येचा मार्ग अवलंबला जात असतो. या कोंडमाऱ्यातून बाहेर पडण्यासाठी काही मार्ग आहेत का, असा प्रश्न उभा राहतो. तर, पुढे काही मार्ग किंवा उपाय प्रस्तुत करण्यात येत आहेत.

नवऱ्याच्या खेळापासून बचाव –

* बायकोने काहीही करून नवऱ्याबरोबर संवाद साधण्याचा प्रयत्न करावा.
* बायकोने नवऱ्याला स्वत:ची व्यथा सांगावी.
* बायकोने नवऱ्याला स्वत:च्या अडचणीविषयी स्पष्टपणे सांगावे.
* नवऱ्याच्या वागणुकीमुळे बायकोची किती प्रमाणामध्ये घुसमट होत आहे याची कल्पना द्यावी.
* नवरा ताळतंत्र सोडून वागत असेल, तर त्याला तशी जाणीव करून द्यावी.
* नवरा जर वागणुकीमध्ये बदल करायला तयार नसेल, तर घरातील ज्येष्ठ मंडळीपुढे व्यथा मांडावी आणि गुंता सोडविण्याचा प्रयत्न करण्याची विनंती करावी.
* नवरा निर्दयीपणे मारहाण करत असेल, तर त्याला एकदा तंबी द्यावी.
* नवरा मारझोड थांबवत नसेल, तर योग्य वेळी पोलिसांची मदत घ्यावी.
* नवऱ्याने समजूतदारपणे वागण्याबद्दल बायकोने विनंती करावी.
* नवरा हक्क गाजवून मनमानी करत असेल, तर बायकोने योग्य वेळी ठामपणे त्याला विरोध करावा.
* नवरा बाहेरख्याली वागत असल्यास त्याच्यापासून दूर राहणे योग्य असते.

तसा योग्य निर्णय विचारविनिमय करून घ्यावा.

* नवरा जर छळ करत असेल, तर तो सहन न करता पोलिसांची मदत घ्यावी.

* नवरा घराच्या आणि कुटुंबाच्या प्राथमिक गरजा भागवायला समर्थ नसेल तर बायकोने योग्य तो आणि भविष्याच्या दृष्टीने उपयोगी निर्णय घ्यावा.

बायकोच्या खेळापासून बचाव –

* बायकोबरोबर संवाद साधण्याचा प्रयत्न करावा.

* बायकोच्या वागणुकीमुळे आपल्याला किती त्रास होतो, याबद्दल नवऱ्याने बायकोला जाणीव द्यावी.

* बायकोच्या विक्षिप्त वागणुकीमुळे कुटुंबाची गाडी मागे कशी पडली आहे, याची जाणीव करून द्यावी.

* बायकोचे मन वळवण्याचा प्रयत्न करावा.

* दोघांनीही संसारसुखासाठी तडजोड करावी.

* बायकोच्या आधिपत्याखाली आपली किती घुसमट होते, यासंबंधी नवऱ्याने बायकोला सांगावे.

* बायकोचे सर्वच निर्णय बरोबर नसतात आणि त्यामुळे घराचे नुकसान होत आहे याची बायकोला जाणीव करून द्यावी.

* बायको हट्टी असेल आणि कोणतेही बदल करायला तयार नसेल, तर नवऱ्याने वेळीच योग्य तो निर्णय घ्यावा.

उदाहरणे

१) मीनाचे लग्न होऊन एक आठवडासुद्धा झाला नाही, तर तिने तिच्या नवऱ्याला— सुनीलला सरळ सांगून टाकले होते की, दोघांनी वेगळे राहायचे आहे आणि त्याबाबतीत ती कोणाचेही ऐकणार नव्हती. सुनीलला तिचा निर्णय मान्य नव्हता, पण घरी सांगताही येत नव्हता. मीनानेच पुढाकार घेऊन तिच्या सासू-सासऱ्यांना तिचा निर्णय कळवला होता. त्या निर्णयामुळे घरामध्ये मोठा गदारोळ उठला होता. मीनाने स्पष्टच सांगून टाकले होते ती वेगळे राहणार, नाही तर माहेरी जाऊन राहणार. त्यामुळे सुनील आणि त्याच्या घरच्या लोकांपुढे कोणताही पर्याय उरलेला नव्हता. त्यांनी सुनीलसाठी वेगळा फ्लॅट घेऊन दिला आणि त्यांचा वेगळा संसार थाटून दिला होता.

२) प्रकाशचे लग्न झाल्यानंतर त्याची बायको सुनंदा जेमतेम वर्षभर त्यांच्या एकत्रित कुटुंबामध्ये राहिली होती. तिची वर्षभर कुरबुर चालू होती. ती प्रकाशकडे तिच्या सासू-सासऱ्यांबद्दल सारखी तक्रार करत होती. त्यांच्याबद्दल उणी-दुणी काढत

होती. ती सतत वाद करण्याचा पवित्रा घेत होती आणि प्रकाश मात्र वाद मिटवण्याचा प्रयत्न करत होता. पण दोघांमधील कुरबुरींचे प्रमाण वाढतच दिवसागणिक चालले होते. दोघांमध्ये कोणत्याही बाबतीमध्ये तह होत नव्हता. काही दिवसांनी त्यांच्यातील वाद घरच्या लोकांसमोर दिसू लागले होते. त्यांनी मध्यस्थी करण्याचा प्रयत्न केला होता, पण तरीही सुनंदा माघार घ्यायला तयार नव्हती. तिचे म्हणणे खरे होते आणि ते सगळ्यांनी मान्य करायला पाहिजे होते, असा तिचा अट्टहास होता. तिच्या चुकीच्या निर्णयाने नुकसान होणार, हे माहीत असल्याने कोणीही तिला साथ द्यायला तयार नव्हते. अखेरीस ती घर सोडून माहेरी गेली.

३) वैजयंती आणि मोहनचे लग्न झाले. दोघेही उच्चशिक्षित आणि आयटी क्षेत्रामध्ये नोकरीला होते. तिथेच त्यांची ओळख झाली होती आणि त्यांनी लग्न केले होते. दोघांनाही भरपूर पगार होता. तशी कशाचीही वानवा नव्हती. दोघांच्या घरी सुख हात जोडून स्वागताला उभे होते, पण त्यांना ते सुख मानवले नव्हते. दोघांचाही अहं फार मोठा होता. वैजयंती तिच्या इच्छेप्रमाणे घरातले आणि बाहेरचे निर्णय घेत होती. त्याचप्रमाणे मोहनसुद्धा त्याच्या इच्छेप्रमाणे घरातले आणि बाहेरचे निर्णय घेऊ लागला होता. त्यांच्या या निर्णयांमुळे दोघांमध्ये वाद होऊ लागले होते. बहुधा त्यांचे निर्णय परस्परविरोधी होते. त्यामुळे त्यांच्यामधील मतभेद वाढू लागले होते. अखेरीस वैजयंतीने एका फ्लॅट भाड्याने घेतला आणि ती वेगळी राहू लागली होती. कालांतराने दोघांनी घटस्फोट घेतला होता.

४) विकासच्या घरी भरपूर पैसा होता. त्यांची शेतीवाडी, वाईनची दोन दुकाने होती. त्याचे वडील व भाऊ पण सर्व व्यवसायावर देखरेख ठेवून होते. विकासला मात्र दारूचे व्यसन जडले होते. तो सुधारावा आणि ताळ्यावर यावा, यासाठी त्याचे सुरेखाशी लग्न लावून दिले होते. विकास काही सुधारायचे नाव घेत नव्हता. त्याची मित्रांबरोबर पार्टी सतत चालत होती. रोजचे खाणे-पिणे चालत होते. तो कामामध्ये अजिबात लक्ष घालत नव्हता. चार-पाच वर्षांनंतर त्याचे लीव्हर खराब झाले आणि त्याला हॉस्पिटलमध्ये दाखल करण्यात आले होते. दोन महिने त्याचे खाणे-पिणे थांबले होते. पण त्यानंतर तो पुन्हा मूळपदावर आला होता. सहा महिन्यांच्या आत त्याच्यावर मृत्यूने झडप घातली आणि त्याचा दुःखद शेवट झाला.

***

मैत्रीतून भावनिक खेळ

मित्रांमध्ये किंवा मैत्रिणींमध्ये अतिशय नाजूक असे भावनिक संबंध जुळून आलेले असतात. ज्या गोष्टी कधी घरच्या लोकांनादेखील माहीत नसतात, त्या सर्व गोष्टी मित्रांना आणि मैत्रिणींना माहीत असतात. ज्या गोष्टी मित्रांचा आणि मैत्रिणींना माहीत असतात, त्या गोष्टी घरच्या लोकांबरोबर किंवा कुटुंबीयांबरोबर बोलता येत नसतात, त्या सर्व गोष्टी मित्र-मैत्रिणींना सांगितल्या जातात. त्या विषयांवर चर्चा केल्या जातात. त्यातून ते आपल्या सखोल निर्णयापर्यंत पोहोचलेले पण असतात. त्यांचे निर्णय चुकीचे का बरोबर, हा प्रश्न वेगळा आहे; पण त्यांच्या चर्चेतून कोणत्या तरी निर्णयापर्यंत पोहोचता येत असते, ही गोष्ट मात्र खरी आहे.

मैत्री - मैत्रीची ही भावना एकमेकांवरील विश्वासावर अस्तित्वात येते.

* मैत्रीची भावना एकमेकांना अधिकाराने सांगण्यावर व बोलण्यावर बेतलेली असते.

* मैत्रीची भावना एकमेकांच्या आर्थिक परिस्थितीवर आधारित नसते.

* मैत्रीची भावना एकमेकांवर कुरघोडी करण्यावर होत नसते.

* मैत्रीची भावना एकमेकांबद्दल आदर निर्माण करत असते.

* मैत्रीची भावना एकमेकांना मदत करण्यास प्रवृत्त करत असते.

* मैत्रीची भावना एकमेकांबद्दल चांगले विचार निर्माण करत असते.

* मैत्रीमुळे एकमेकांचे दुःख हलके करता येते.

* मैत्रीमुळे एकमेकांची खऱ्या अर्थाने ओळख होते आणि एकमेकांच्या गरजा काय आहेत, हे जाणून घेत येत असते.

* मैत्रीमुळे एकमेकांना भावनिक रीत्या आधार देता येत असतो.

* मैत्रीमुळे एकमेकांना सावरण्याचा एक चांगला आणि विश्वसनीय मार्ग उपलब्ध

होतो.

* मैत्रीमुळे जीवाला जीव देणारी माणसे आयुष्यामध्ये येत असतात.

* मैत्रीमुळे आयुष्यभर साथ देणारी मित्रमंडळी भेटत असतात.

भावनिक खेळ

भावनिक खेळाची सुरुवात एखाद्याने मैत्रीचा गैरफायदा घ्यायला सुरुवात केली की होत असते. असे प्रकार घडत असतात आणि घडू शकतात. भावनिक खेळ हा अगदी नियोजन करूनच केला जात असतो. त्याची दुसऱ्या मित्राला कल्पनासुद्धा येत नसते. तो भावनेच्या भरामध्ये मित्र सांगतो तसा वागत असतो. मित्र जे काही करायला सांगतो, ते करत असतो. मित्र जे काही मागत असतो, तो ते देत असतो. पण ज्या वेळी मित्राने गंडा घातला आहे हे लक्षात येते, तेव्हा तो नकार देत असतो.

त्या वेळी मात्र दोघांमधील संबंध बिघडून जात असतात. दोघांमध्ये गैरसमजुतीचे घोटाळे निर्माण होत असतात. त्यामुळे काही वेळा मारामारीचे प्रसंगदेखील उद्भवतात.

ज्याच्या मनामध्ये स्वार्थ येतो, तो मात्र दुसऱ्याचा गैरफायदा घेऊ शकतो. तो मैत्रीचा स्वार्थासाठी वापर करत असतो. तो मैत्रीचा एक माध्यम म्हणून वापर करत असतो. त्याचा हा दृष्टिकोन जसा सर्व मित्रांना कळत जातो, तसे ते मित्र दुरावतात. ते सगळे त्याच्याबरोबरचे मैत्रीचे संबंध तोडून टाकत असतात.

मैत्रीचा गैरवापर करून स्वतःच ते मैत्रीला नकार देत असतात. त्यांना या संबंधी काही माहिती नसते. त्यांना काही दृष्टी नसते. त्यामुळे ते स्वतःची आणि मित्रांची फसगत करून घेत असतात.

मैत्रीचे संबंध

मैत्रीचे संबंध विविध प्रकारांमध्ये आढळून येतात.

* दोन तरुणांमध्ये मैत्री

* दोन तरुणींमध्ये मैत्री

* एक तरुण व एका तरुणीमध्ये मैत्री

ही विविध स्तरांवरील मैत्री खरे तर सगळीकडेच पाहायला मिळते पण या संबंधांमध्येसुद्धा नकाराचा वापर केला जातो. नकार एक शस्त्र म्हणून वापरले जाते. मैत्रीची बंधने अतूट असली तरी नकाराने संबंधांना मर्यादा घातल्या जात असतात. कोणाला काही गोष्टी आवडत नसतात, तशा तो मर्यादा घालत जातो. कोणाला काही प्रकारचे वागणे आवडत नसते. तो त्यासंबंधी मर्यादा घालत जात असतो.

दोन तरुणांमध्ये मैत्री –

* यामध्ये दोघांचे हित जपण्याचा प्रयत्न केला जातो.
* या मैत्रीमध्ये दोघांच्या भावना जपण्याचा प्रयत्न केला जात असतो.
* या मैत्रीमध्ये दोघांच्या प्रगतीसाठी एकमेकांना मदत केली जाते.
* या मैत्रीमध्ये मात्र पैशांची देवाण-घेवाण आली की, खरी अडचण येत असते.
* थोडेफार पैसे देण्याचे किंवा घेण्याचे असतात, तेव्हा कोणतीही अडचण नसते. एक मित्र जेव्हा जास्त मागणी करू लागतो, तेव्हा दुसरा मित्र नकाराचे शस्त्र वापरतो.
* एक मित्र जेव्हा दुसऱ्याकडून जास्तीची अपेक्षा करू लागतो, तेव्हा दुसरा नकाराचे शस्त्र वापरतो. तिथून मैत्रीमध्ये फूट पडू लागते.

दोन तरुणींमध्ये मैत्री

* या मैत्रीमध्ये दोघींचे हित जपण्याचा प्रयत्न केला जात असतो.
* या मैत्रीमध्ये दोघीही एकमेकींच्या भावना जपण्याचा प्रयत्न करत असतात.
* पण दोघींमध्ये ठरावीक काळानंतर पैसा, नवरा, मुले आणि मुलांचे शिक्षण या कारणांनी असूया निर्माण होऊ शकते.
* एखादी श्रीमंत घरात पडते आणि दुसरीला खडतर जीवन जगावे लागते. दोघींमध्ये तुलना सुरू होते आणि तिथून मैत्रीमध्ये फूट पडायला लागते.
* दोघींमध्ये चुकून स्पर्धा व्हायला लागली की, दोघीही नुकसान करून बसतात.

एक तरुण व एका तरुणीमध्ये मैत्री –

* या मैत्रीकडे सगळे संशयाने पाहातात.
* या मैत्रीमध्ये तरुणी चारित्र्यहीन असल्यासारखे पाहत असतात.
* या मैत्रीमध्ये तरुणाने व तरुणीने मर्यादा आखूनच वागावे लागते.
* या मैत्रीमध्ये कोणी एकाने मर्यादा ओलांडल्या, तरी त्या पटकन लक्षात येत नसतात.
* या मैत्रीमध्ये कोणीही मर्यादा सोडून जाणार असल्यास त्याने दुसऱ्याला कल्पना द्यावी.
* कदाचित प्रेमामध्ये रूपांतर होणार असेल, तर तशी जाणीव करून द्यायला हवी. दुसऱ्याने नकार द्यायचा का पुढे जायचे, हे ठरवूनच पुढील संबंध ठेवता येत असतात.
* या मैत्रीमध्ये नेहमी काही ना काही गैरसमज निर्माण होऊन संबंधामध्ये फूट

पडते.

* या मैत्रीमध्ये शुद्ध मैत्रीचा अभावच असतो. यामध्ये तरुणीच्या जवळ जाण्याचा प्रयत्न तरुण करत असतो, नाही तर तरुणाच्या जवळ जाण्याचा प्रयत्न तरुणी करीत असते.

* या मैत्रीमध्ये दोघांपैकी एकाला सतत नकाराचा वापर करावा लागत असतो.

* काही वेळा नकाराचा वापर करून संबंध संपविले तरी चालत असते.

मैत्रीमध्ये नकाराचा वापर

* एखादा मित्र जास्त सलगी करत असेल, तर नकाराने त्याची सलगी टाळता येत असते.

* एखादा मित्र जरुरीपेक्षा जास्त जवळीक साधत असल्याचे दिसल्यास त्याला स्पष्टपणे नकार देऊन अंतर राखण्यास भाग पाडता येते.

* एखादा मित्र दुसऱ्याच्या घरी वारंवार येऊन किंवा अवेळी येऊन घराचे स्वास्थ्य बिघडवत असेल, तर नकाराने त्याला दूर सारता येत असते.

* एखादा मित्र घरच्या घटनांमध्ये नको तेव्हा सल्ला देत असेल, तर त्याला स्पष्टपणे नकार देऊन टाळता येत असते.

* एखादा तरुण मैत्रीचे कारण पुढे करून एखाद्या तरुणीबरोबर सलगी करत असेल आणि तिला ते नको असल्यास तिने नकार देऊन त्याला दूर सारता येत असते.

* एखादी मैत्रीण नको इतकी जवळीक साधून व त्याचा कुटुंबीयांना त्रास होत असेल, तर तिला स्पष्टपणे नकार देऊन दूर करता येत असते.

* एखादी मैत्रीण दुसऱ्या मैत्रिणीच्या नवऱ्याबरोबर जास्त जवळीक साधत असेल, तर तिलाही नकार देऊन बाजूला करता येत असते.

* एखादा मित्र जर त्याच्या मैत्रिणीच्या वैयक्तिक जीवनामध्ये जास्त प्रमाणामध्ये डोकावत असेल, तर त्याला नकार देऊन दूर करता येत असते.

* एखादी मैत्रीण तिच्या मित्राच्या संसारामध्ये नको इतके डोकावून बघत असेल, तर तिला नकाराने स्पष्टपणे सांगून दूर करता येते.

* एखादा मित्र त्याच्या मैत्रिणीचा गैरफायदा घेऊन तिला नको असताना तिच्या घरी येत-जात असेल, तर ती त्याला नकार देऊन थांबवू शकते.

उदाहरणे –

१) विशेष आणि वीणाची खूप चांगली मैत्री होती. दोघेही पहिलीपासून ते कॉलेजपर्यंत एकत्र होते. त्यामुळे एकत्र बोलणे, हिंडणे-फिरणे यामध्ये दोघांनाही

काही गैर वाटत नव्हते. दोघांना एकमेकांविषयी आत्मीयता होती, पण वीणाच्या घरच्या लोकांच्या बोलण्यामुळे तिच्या मनात नको ते संशय उपस्थित झाले होते. विशेष तिचा गैरफायदा तर घेत नाही ना, अशी शंका तिच्या मनामध्ये डोकावून गेली होती. ती त्याच दृष्टीने त्याच्याकडे पाहू लागली होती. त्यामुळे त्याच्या वागण्यामध्ये तिला शंकास्पद हालचाली आढळून आल्या होत्या. तिने एके दिवशी त्याला स्पष्टपणे सांगून टाकले आणि तिच्या घरी येणे-जाणे करण्यास बंदी घातली.

२) महेश आणि मीनल यांची मैत्री कॉलेजात दाखल झाल्यापासून होती. महेश मात्र मीनलकडे त्याची भविष्यातील सहचारिणी म्हणून पाहत होता. मीनल मात्र त्याच्याकडे त्या दृष्टीने पाहत नव्हती. जेव्हा तिला त्याच्या भावना कळल्या, तेव्हा तिने त्याला नकार देऊन टाकला.

३) विद्येश आणि सर्वेश शाळेपासूनचे मित्र होते. दोघेही एकाच वेळी कॉलेजात दाखल झाले होते. विद्येशची घरची परिस्थिती चांगली होती, पण सर्वेशची स्थिती मात्र फार वाईट होती. पण विद्येश त्याला उदार मनाने वेळोवेळी मदत करत होता. त्याला हवे तसे पैसे पुरवत होता. काही दिवसांनी ही रक्कम तीस हजार रुपयांपर्यंत पोहोचली होती. विद्येशने सर्वेशकडे पैसे मागितले तेव्हा नोकरी लागल्यानंतर परत करीन, असे त्यांनी सांगितले. तो नोकरीसाठी प्रयत्न पण करत नव्हता. तो उलट विद्येशकडे आणखी पैशांची मागणी करू लागला होता. विद्येशने त्याला नकार दिला आणि त्याचे येणे-जाणे बंद केले.

***

पालक-मुले संबंधांतून भावनिक खेळ

पालक आणि मुले हा संबंध मुलांच्या जन्मापासून निर्माण होत असतो. मुलांना लहानाचे मोठे करणे, त्यांना शिक्षण देणे आणि त्यांना स्वत:च्या पायावर उभे करणे— ही सर्व जबाबदारी पालक उचलत असतात. मुलांना सक्षम करण्याचे कार्य पालक करत असतात. मुले मोठी झाली की, त्यांना खऱ्या अर्थाने पालक आणि मुलांच्या संबंधांचा उलगडा होत असतो.

पालकांकडून मुलांबाबत भावनिक खेळ —

* पालकांच्या मुलांकडून खूप अपेक्षा असतात. त्यांपैकी म्हातारपणी आधाराची एक अपेक्षा असते. पण काही पालक मात्र मुलांना वेठीस धरून हवी ती मागणी करायला लागतात.

* पालक काही वेळा मानापानासाठी हट्ट धरून बसतात आणि मुलांनी त्याप्रमाणे वागायलाच पाहिजे, असा अट्टहास करतात.

* पालक काही वेळा त्यांना हव्या त्या वस्तू विकत घ्यायला भाग पाडतात. त्या वस्तू कोणा मुलीला द्यायला लावतात किंवा मुलाला द्यायला लावतात. त्यामध्ये मुलांना किती त्रास होतो, याचा विचार केला जात नसतो.

* काही पालक भयंकर हट्टी असतात. एखादी वस्तू खरेदी करून घरात आणायची, असे त्यांच्या मनात आले की, लगेच ते मुलांना ती वस्तू आणण्याची गळ घालतात. मुलांनी ना पसंती दर्शविली, तरी पालक भावनिक खेळ करून मुलांना त्या वस्तू खरेदी करायला भाग पाडतात.

* पालक विशेष करून मुली आणि जावई यांच्या मानपानाबद्दल सतर्क असतात. ते मुलांच्या गळी टाकून मोकळे होतात. मुले मानपान करतच असतात. पण पालक त्यांना सतत सूचना देऊन भंडावून सोडत असतात.

* काही पालक मुलांकडे अनेक मागण्या करू लागतात. देवदर्शनाला जाण्यासाठी

खर्च करायला सांगतात. लग्नकार्यासाठी लांबवर जायला भाग पाडत असतात. एवढा खर्च करण्याची मुलांची ऐपत नसते किंवा ते त्यांना पसंत नसते, तरीही पालक भावनिक खेळ करून त्यांना तो अनाठायी खर्च करायला भाग पाडत असतात.

मुलांकडून पालकांबाबत भावनिक खेळ —

* काही मुले पालकांच्या गरजांकडे पूर्णपणे दुर्लक्ष करत असतात. त्यांची ऐपत नसते, अशी गोष्ट नसते. पण पालकांना त्रास व्हावा, अशी त्यांची इच्छा असते. पालकांनी पण त्यांना खूप त्रास दिलेला असतो. हे त्याचेच फलित असते.

* काही मुले स्वार्थी असतात. ते मात्र पालकांचा प्रॉव्हिडंट फंड, त्यांची पुंजी सर्व काही लुटून नेत असतात.

* काही मुले पालकांना वृद्धाश्रमात मुद्दाम नेऊन ठेवत असतात. पालक आणि मुले यांचे भांडण होत असते. पालक काही गोष्टी मुलांना जबरदस्तीने करायला भाग पाडत असतात आणि मुलांना त्या गोष्टी करायची इच्छा नसते. त्यामुळे दोघांमधील वाद पराकोटीला जाऊन पोहोचतात.

* काही मुले मात्र पालकांना वाऱ्यावर सोडून देत असतात. मुले जेव्हा एवढा पराकोटीचा निर्णय घेतात, तेव्हा तिथे काही प्रमाणात पालकांची पण चूक असते. मुले लहान असताना त्यांना एवढ्या-तेवढ्या कारणावरून पालकांनी मारहाण केलेली असते. त्यामुळे मुलांच्या मनामध्ये तो राग बसलेला असतो. त्यांच्या सहनशक्तीच्या पलीकडे जेव्हा पालकांकडून छळवाद होऊ लागतो, तेव्हा ते नकाराचा या प्रकारे वापर करत असतात.

* काही मुलांनी त्यांच्या लहानपणी त्यांच्या वडिलांनी त्यांच्या आईला अतिशय वाईट वागणूक देताना पाहिलेले असते. ते कुठे तरी मनात बसलेले असते. पुढे मुले मोठी झाल्यावर या त्रासाचा केव्हा तरी उद्रेक होतो. मुलांकडून वडिलांचा या प्रकारे सूड घेण्याचा प्रकार घडत असतो. हा पण नकाराचाच एक महत्त्वाचा भाग असतो.

नकाराचा वापर —

* पालकांनी मुलांना त्यांच्या मर्जीप्रमाणे वागू देण्याची मुभा द्यायची नसते. संस्कारक्षम वयात त्यांच्यावर संस्कार घडविले, तर त्याचा मुलांचे व्यक्तीमत्व घडवताना उपयोग होत असतो.

* पालकांनी मुलांचे अति लाड करायचे नसतात. काही पालक मुलांची डोक्याला

कटकट नको, असा विचार करून त्यांना पाहिजे ते आणून देत असतात. बऱ्याच वेळा मुलांनी मागितले नाही तरी त्यांच्या आवडीच्या वस्तू आणून देत असतात. परिणामी, हीच मुले हट्टी होतात आणि पालकांडून त्यांचे सगळे लाड पुरवून घेतात. पालकांनी इथे नकाराचा योग्य तो वापर करायचा असतो.

* पालकांनी मुलांचे अनाठायी हट्ट पुरवायचे नसतात. काही मुले खूप हट्टी असतात. त्यांना हट्ट करून स्वत:चे समाधान करून घ्यायचे असते. त्याबद्दल पालकांना किती त्रास होत असतो याची त्यांना अजिबात कल्पना नसते. ते हट्ट करून त्यांच्या इच्छेप्रमाणे करून घेत असतात. त्यासाठी पालकांना लाखो रुपयांचे नुकसान होऊ शकते. अशा वेळी पालकांनी मुलांच्या हट्टाला ठामपणे नकार द्यायचा असतो.

* काही मुले घरामध्ये मनमानी करत असतात. त्यांचे एकच धोरण असते— जे काही पालक सांगतील, त्यांच्या विरुद्ध करायचे. पालक जे सांगतील, ते सोडून बाकी सगळे काही करायचे असते. हा मुलांचा पालकांविरुद्ध नकार असतो. पालकांच्या आधिपत्याला शह देणे, हा पण मुलांचा विचार असू शकतो. याबाबतीत मात्र पालकांनी ठामपणे नकार द्यायचा असतो.

* काही मुले घरामध्ये केव्हाही येतात आणि केव्हाही जातात. ते बाहेर मित्रांबरोबर तासन् तास गप्पा मारत बसतात. ते मित्रांबरोबर पाट्र्यांमध्ये दंगून जात असतात. त्यांच्या या बेशिस्त वागणुकीमुळे त्यांच्या वेळेचा अपव्यय होत असतो, नुकसान होत असते. येथे पालकांनी नकाराचा वापर करून त्यांना शिस्तीचे धडे द्यायचे असतात.

* काही मुले पैशांची उधळपट्टी करत असतात. पालकांकडून भरमसाट पैसे उकळत असतात. पालकांबरोबर भावनिक खेळ करून पैसे उकळत असतात. पार्टीमध्ये पैसे उधळत असतात, व्यसनांवर पैसे उधळत असतात. त्यामुळे मुलांचे आणि पालकांचे खूप मोठे नुकसान होत असते. पालकांनी वेळीच नकार देऊन त्यांची ही उधळपट्टी थांबवायची गरज असते.

* काही मुले पालकांना मुद्दाम त्रास देण्याच्या हेतूने पालकांचे ऐकत नसतात. मुले लहान असली, तर पालक त्यांना मार देतात. मुले पण आणखी त्रास देत राहतात. पालकांची कोणतीही गोष्ट ऐकायची नाही, असे काही करत राहतात. त्यामुळे पालकांची आणखी चिडचिड होत असते आणि ते मुलांवर नियंत्रण आणण्यासाठी वेगवेगळ्या मार्गांचा अवलंब करत असतात. या

चढाओढीमध्ये मुलांचे आणि पालकांचे— दोघांचेही नुकसान होत असते. पालकांना मुलांची ही लक्षणे दिसताच त्यांनी गोडीने नकार देऊन त्यांना समजावून सांगण्याचा प्रयत्न करायचा असतो. अगदी सुरुवातीलाच या प्रकरणाचा अंत लावता येतो.

* पालक मुलांवर अतिशिस्तीचा बडगा उगारत असतात. त्यामुळे मुलांच्या कल्पनाशक्तीवर अंकुश येत असतो. मुलांनी मात्र पालकांना ही शिस्त सहन होत नसल्याचे सांगून कुठे तरी समन्वय साधण्याचा प्रयत्न करायचा असतो.

* काही पालक मुलांवर सतत अभ्यास करण्याचे दडपण आणत असतात. त्यांच्या मते, मुलांनी पाच-सहा तास सलग अभ्यास केला, तरच मुलांचा अभ्यास होत असतो. वास्तविकरीत्या असे काही घडत नसते. दोन तासांमध्ये नियोजनबद्ध अभ्यास केला, तर तो खरोखरीचा अभ्यास होत असतो. मुलांनी पालकांना नकार देऊन ते खरोखरीच किती अभ्यास करू शकतात, याची जाणीव करून द्यायची असतो.

* काही पालक मुलांच्या मित्र-मैत्रिणी व त्यांच्या गप्पा-टप्प्यांमध्ये रस घेत असतात. मुलांवर नियंत्रण ठेवण्याइतपत पालकांनी लक्ष घालणे जरुरीचे असते. पण काही पालक फार खोलवर जाऊ चौकशी करू लागतात. चांगल्या आणि सरळ स्वभावाच्या मुला-मुलींना यांचा त्रास होऊ लागतो. मुलांनी या बाबतीत पालकांना विरोध करायचा असतो आणि नको इतके लक्ष घालायला नकार द्यायचा असतो.

* काही पालक मुलांच्या वतीने सर्व निर्णय घेत असतात. मुलांच्या आवडी-निवडी विचारांमध्ये घेत नसतात. मुलांना त्यांचे निर्णय घेण्याचे स्वातंत्र्य देत नसतात. त्यामुळे मुलांचा या बाबतीत कोंडमारा होत असतो. मुलांनी पालकांना या बाबतीत नकार द्यायचा असतो आणि स्वत: निर्णय घ्यायचे असतात.

उदाहरण

१) राजेश शिस्तप्रिय होता. त्याला सर्व काम शिस्तीने करायची सवय होती. हेच त्याच्या व्यावसायिक यशाचे रहस्य होते. त्या गोष्टीचा राजेशला सार्थ अभिमान होता. त्याला वाटत होते त्याच्या मुलाने म्हणजे नंदूने पण त्याचे अनुकरण करावे आणि यश मिळवावे. पण नंदू मात्र भलताच आळशी होता. तो लवकर उठत नव्हता. कॉलेजमध्ये नियमितपणे जात नव्हता. तो आपल्याच मस्तीमध्ये जगत होता. नेमके हेच राजेशला पसंत नव्हते. या एकाच गोष्टीमुळे दोघांमध्ये शीतयुद्ध सुरू झाले होते दोघेही एकमेकांच्या अपेक्षा पूर्ण करू शकत नव्हते. त्यामुळे ज्यावेळी दोघें

समोरासमोर येत होते त्यावेळी दोघांनाही ताण तणावाला सामोरे जावे लागत होते.

२) राजाराम नोकरीतून निवृत्त झाला होता. त्याने आयुष्यभर सरकारी नोकरी केली होती. शेवटी तो व्यवस्थापक पदावरून निवृत्त झाला होता. नोकरी करताना त्याला ऑर्डर सोडण्याची सवय झाली होती. त्याच्या म्हणण्याप्रमाणे वागणारे कर्मचारी होते. त्याचा प्रत्येक शब्द झेलणारे लोक होते पण नोकरी गेल्यानंतर त्याचे ऐकणारे कुणीच नव्हते. घरामध्ये त्याने ऑफिससारखे आदेश सोडायला सुरुवात केली त्याबरोबर त्यांच्या मुलांनी त्यांना विरोध करायला सुरुवात केली. त्यांना अरेरावी करायची सवय लागली होती. पण त्यांचे ऐकून घेणारे कोणीही नव्हते. त्यांच्या या वागणुकीमुळे घरामध्ये वादाला तोंड फुटले होते. राजारामला पण तणावाखाली वावरावे लागत होते आणि त्याच्या मुलांना पण त्यांच्यामुळे ताण सहन करावा लागत होता. पालक आणि मुलांमध्ये हा एक वेगळ्याच प्रकारचा ताण तणावाचा अनुभव होता. राजारामाला त्याची सवय मोडता येत नव्हती आणि मुलांना पण त्यांचे वागणे सहन करणे शक्य नव्हते.

***

नकाराचे प्रकार

नकार देण्याचे विविध प्रकार असतात. वेगवेगळ्या संबंधांमध्ये वेगवेगळ्या प्रकारचे नकार असतात. काही गंमतीशीर पद्धतीचे असतात, तर काही गंभीर स्वरूपाचे असतात.

नवरा-बायको

* नवऱ्याचे नातेवाईक घरी आले की, बायकोचे माथे ठणकायला लागते.

* नवऱ्याचे मित्र चहासाठी आले की, बायकोची कुरकुर सुरू होत असते.

* नवरा थकून घरी आला की, बायकोची तक्रार सुरू होत असते.

* नवरा घाईने जाण्याची तयारी करत असला की, बायको संथपणे प्रतिसाद देऊन त्याचा उत्साह संपवून टाकत असते.

* नवरा लाडात आला की, बायकोचे डोके दुखायला लागत असते.

* नवरा उशिराने घरी परत आला की, बायकोचा मूड निघून गेलेला असतो.

* नवऱ्याने कोणताही प्लॅन आखला की, बायकोने तो खोडून टाकलेला असतो.

* बायकोचा खरेदी करण्याचा मूड असतो, तेव्हा नवरा दमून आलेला असतो.

* बायकोला माहेरी जायचे असते, तेव्हा नवऱ्याकडे वेळ नसतो.

* बायकोला रेशन आणायचे असते, तेव्हा नवऱ्याला मित्रांबरोबर गप्पा मारायला जायचे असते.

* बायकोला नवीन वस्तू आणायच्या असतात, तेव्हा नवऱ्याचे पाकीट रिकामे असते.

* बायकोला पैसे पाहिजे असतात, तेव्हा नवरा बाहेरगावी जाण्याच्या तयारीमध्ये असतो.

* बायकोला फिरायला जायचे असते, तेव्हा नवरा दमलेला असतो.

* बायकोला मैत्रिणींना भेटायचे असते, तेव्हा नवऱ्याला ऑफिसमध्ये भरपूर काम असते. त्यामुळे बायकोचा विरस होत असतो.

बाप-लेक/वडील-मुलगा

* वडिलांना जेव्हा मुलाला अभ्यासाबद्दल सांगायचे असते, तेव्हा मुलगा खेळामध्ये व्यग्र असतो.

* वडिलांना जेव्हा मुलाला जबाबदारीची जाणीव करून द्यायची असते, तेव्हा मुलगा मित्रांबरोबर बाहेर फिरायला गेलेला असतो.

* वडिलांना जेव्हा मुलाबरोबर संवाद साधायचा असतो, तेव्हा मुलगा घराबाहेर असतो.

* वडिलांना जेव्हा मुलांचे करिअर घडवायचे असते, तेव्हा मुलगा अजिबात ऐकत नसतो.

* वडिलांना जेव्हा मुलाला लग्नकार्याबद्दल सांगायचे असते, तेव्हा मुलगा नकार देतो.

* मुलांना जेव्हा पैसे पाहिजे असतात, तेव्हा वडील त्याला चार गोष्टी समजावून सांगण्याचा प्रयत्न करत असतात.

* मुलांना जेव्हा वडिलांच्या आधाराची गरज असते, तेव्हा त्यांना ऑफिस-कामातून वेळ मिळत नसतो.

* मुलांना जेव्हा वडिलांबरोबर संवाद साधायचा असतो, तेव्हा वडील मित्रांबरोबर पार्टीला गेलेले असतात.

* मुलांना जेव्हा वडिलांकडे शंका विचारायच्या असतात, तेव्हा वडील कोणतेही उत्तर देऊ शकत नसतात.

* मुलांना जेव्हा वडिलांकडून संस्कारांची गरज असते, तेव्हा वडील मित्रांबरोबर दारूची पार्टी मुलांदेखत करत असतात.

प्रियकर-प्रेयसी

* प्रियकराला प्रेयसीला भेटायचे असते, तेव्हा प्रेयसी लेक्चरला बसलेली असते किंवा नोकरीवर असते.

* प्रियकराला जेव्हा प्रेयसीबरोबर संवाद साधायचा असतो, तेव्हा प्रेयसी सरांसमोर असते किंवा बॉससमोर असते.

* प्रियकराला जेव्हा प्रेयसीबरोबर जवळीक साधायची असते, तेव्हा सगळे मित्र-मैत्रिणी अचानक त्यांच्यासमोर येऊन टपकतात.

* प्रियकर जेव्हा रंगात येतो, तेव्हा प्रेयसी हातातून निसटून जाते आणि त्याचा

रसभंग होत असतो.

* प्रियकराला लग्न करायचे असते, पण प्रेयसीने तिच्या घरी काही कल्पना दिलेली नसते.

* प्रियकराला प्रेयसीला भेटण्यासाठी सुट्टी पाहिजे असते, तेव्हा त्याला सुट्टी मिळत नसते.

* प्रियकराला प्रेयसीला भेटण्यासाठी सुट्टी मिळते, पण तेव्हा प्रेयसीला सुट्टी मिळत नसते.

* प्रेयसी प्रियकराला भेटायला आतूर असते, तेव्हा पण प्रियकर मोकळा नसतो.

* प्रेयसीला लग्न करायचे असते, पण प्रियकर प्रेयसीच्या घरी जायला घाबरत असतो.

* प्रेयसीला संसाराची स्वप्ने पडत असतात, पण प्रियकराला त्याच्या घरी विषय काढण्याची भीती वाटत असते.

भाऊ-बहीण

* भावाला मोठी नोकरी मिळते, तेव्हा बहीण परदेशामध्ये स्थायिक झालेली असते.

* भावाला मोठी संधी मिळते, तेव्हा बहीण रुसून बसलेली असते.

* भावाला बहिणीबरोबर काही महत्त्वाच्या कौटुंबिक गोष्टी बोलायच्या असतात, तेव्हा बहीण लग्न करून तिच्या सासरी स्थायिक झालेली असते आणि तिला भेटण्यासाठी संधी पण मिळत नसते.

* बहिणीला भावाबरोबर मनातल्या गोष्टी बोलायच्या असतात, पण तोपर्यंत भाऊ त्यांच्या कामाच्या व्यग्रतेतून वेळ काढू शकत नसतो.

* बहिणीला भावाच्या मदतीची गरज असते, तेव्हा भाऊ त्याच्या संसारामध्ये मश्गुल झालेला असतो आणि त्याच्याकडे वेळ नसतो.

* बहिणीला जेव्हा भावाच्या आधाराची खरी गरज असते, तेव्हा तो बहिणीपासून दूर गेलेला असतो. दोघांचे संबंध संपुष्टात आलेले असतात.

* बहिणीच्या घरी कार्य असते, पण त्याच वेळी भाऊ व बहिणीच्या नवऱ्यामध्ये वाद झालेले असतात आणि दोघांमध्ये अबोला असतो.

साहेब-कामगार (नोकर)

* साहेबांना महत्त्वाचे काम असते, तेव्हा कामगार नेमका सुट्टीवर गेलेला असतो.

* साहेबांना महत्त्वाची कागदपत्रे पोहोचवायची असतात, तेव्हा कामगार जेवण्याच्या सुट्टीवर गेलेला असतो.

* साहेबांना जेव्हा गाडी काढायची असते, तेव्हा नोकर त्याच्या कामासाठी बाहेर गेलेला असतो.

* साहेबांना जेव्हा तातडीने निरोप द्यायचे असतात, तेव्हा नोकरमंडळी झोपा काढत असल्याचे दिसून येते.

* नोकराला जेव्हा मालकांची मदत पाहिजे असते, तेव्हा मालक बाहेरगावी गेलेले असतात.

* नोकरांना जेव्हा पैशांची गरज असते, तेव्हा मालकांना पैशांची अडचण असते.

* साहेबांना जेव्हा नोकरांकरवी काम करून घ्यायचे असते, तेव्हा नोकर काम सोडून निघून जात असतो.

* साहेबांनी कामाची मोठी ऑर्डर घेतलेली असते तेव्हा कामगार संप करत असतात.

* साहेबांनी कामगारांच्या भरवशावर व्यवसायाचा विस्तार केलेला असतो आणि त्याच वेळी कामगार पगारवाढीसाठी साहेबांना वेठीस धरत असतात.

* साहेबांना परदेशी जायचे असते, त्याच वेळी बरेच कामगार रजेवर जातात आणि कामाचा बट्ट्याबोळ होऊन जात असतो.

* कामगारांना पगारवाढीची अपेक्षा असते, तेव्हा मालक नोकरकपातीची घोषणा करतात.

* कामगारांना खूप सवलती पाहिजे असतात आणि त्याच वेळी मालक कंपनीला टाळे ठोकण्याची घोषणा करतात.

* कामगारांना प्रगतीची अपेक्षा असते, तेव्हा मालक दिवाळखोरी जाहीर करत असतात.

***

मदत मागताना नकार

प्रत्येकाला काही अडचणी असतात. प्रत्येकाला काही विवंचना असतात. बहुधा आर्थिक अडचणीच जास्त करून असतात.

* एखाद्याने त्याच्या कुवतीपेक्षा काही जास्त करायची इच्छा व्यक्त केली, तर त्याला आर्थिक अडचणींना सामोरे जावे लागते.

* एखाद्याला त्याच्या दृष्टीने योग्य असा व्यवसाय सुरू करायचा झाला, तरी त्याला आर्थिक अडचणींना सामोरे जावे लागते.

* एखाद्याला मोठे घर घ्यायचे झाले, तरी त्याला आर्थिक अडचणींना सामोरे जावे लागते.

* एखाद्या व्यक्तीला एक बेडरूम-किचन फ्लॅट घ्यायचा झाला, तरी आर्थिक अडचणींना सामोरे जावे लागते.

* एखाद्याला दुचाकी किंवा चार चाकी वाहन घ्यावयाचे झाले, तरी त्याला आर्थिक अडचणी असतात.

* एखाद्याला घरातले सामान खरेदी करायचे झाले, तरी त्याला आर्थिक अडचणी असतात.

* एखाद्याला फर्निचर करायचे झाले तरी, आर्थिक अडचणी असतात.

* एखाद्याला त्याच्या व्यवसायाचा विस्तार करायचा झाला, तरी आर्थिक अडचणी असतात.

* एखाद्याला आधीचा व्यवसाय बंद करून नवा व्यवसाय सुरू करायचा झाला, तरी आर्थिक अडचणी असतात.

* कोणतेही नवे काम हाती घेतले, तरी पैशांची चणचण भासत असते.

अशा स्थितीमध्ये बँका, वित्तीय संस्था पतपुरवठा करायला तयार असतात. कर्जपुरवठा करण्याची त्यांची तयारी असते, पण त्यासाठी कर्ज घेणाऱ्या व्यक्तीच्या

आर्थिक स्थितीची तपासणी केली जाते. त्याचे वार्षिक उत्पन्न किती आहे, मागील तीन वर्षांच्या उत्पन्नाची सरासरी काय आहे, त्याची परतफेडीची कुवत काय आहे, किती वर्षांच्या कालावधीनंतर कर्जाची परतफेड करता येईल याची शहानिशा केली जाते. मगच त्याची स्वत:ची गुंतवणूक किती राहणार आहे, त्याप्रमाणात त्याला कर्जाऊ रक्कम दिली जाते.

त्या कर्जाच्या बदल्यात त्याचे घर, वाहन किंवा किमती वस्तू गहाण ठेवली जात असते. जर त्याने कर्जाऊ रकमेची परतफेड केली नाही, तर गहाण ठेवलेली वस्तू जप्त करता येत असते. ती वस्तू त्या वेळच्या बाजारभावाप्रमाणे विकून कर्जाची रक्कम वसूल करता येत असते.

हे सर्व प्रचलित मार्ग झाले. त्यापलीकडे त्याला व्यवहार पूर्ण करायला बरीच रक्कम लागत असते. त्या रकमेची जुळवाजुळव त्या व्यक्तीला स्वत:च्या हिमतीवर करावी लागत असते. त्या व्यक्तीकडे जर स्वत:कडे पैसे नसतील, तर उधार-उसनवार करावी लागते. त्या वेळी मात्र त्याला अनेक लोकांकडून नकार मिळत असतो. त्या नकारामुळे त्याला खूप त्रास होत असतो. त्यासंबंधी काही उदाहरणे पुढे दिली आहेत.

विजयला एके काळी खूप पैसा मिळत होता. त्याचा व्यवसाय पण खूप चांगला चाललेला होता. त्याची मित्रमंडळी पण खूप होती. त्याचे चांगले दिवस होते, तेव्हा त्याच्याबरोबर ओळख काढायला किंवा त्याच्याबरोबर व्यावसायिक संबंध ठेवायला अनेक लोक तयार होते. अनेक लोकांना विजयने पैसे असताना स्वत:हून जेवण दिले होते, अनेकांना पार्टी दिली होती. त्याचा एक मित्र तर दर वर्षी पाच-दहा हजार रुपये मार्च महिन्यामध्ये पीपीएफमध्ये गुंतवणुकीसाठी घेऊन जात होता. एप्रिल-मेमध्ये ते पैसे परत करत होता. विजयने त्याच्या पद्धतीने सगळ्यांबरोबर चांगले संबंध ठेवलेले होते.

पुढे विजयला व्यावसायिक अडचणींना सामोरे जावे लागले. त्याला आर्थिक चणचण भासत होती. त्यासाठी त्याने मित्रांना मदतीसाठी हाक मारली. त्याच्या सर्व मित्रांनी त्याच्याकडे पाठ फिरविली. ज्यांना तो स्वत:हून जेवण देत होता, त्या मित्रांनी त्याच्या फोन घेण्याचे टाळायला सुरुवात केली. त्या मित्राच्या बायकोने तो मित्र घरी नसल्याचे विजयला सांगायला सुरुवात केली.

काही मित्रांनी त्यांच्या ग्रुपमध्ये विजयला बोलावणे बंद करून टाकले होते. त्यांच्या पार्टीमध्ये विजयला निमंत्रण नसायचे आणि त्याची विजयला जाणीव झालेली होती.

ज्या मित्राला विजय पाच-दहा हजार रुपये देत होता, त्या मित्राने विजयला मदतीला नकार दिला होता. तो कोणालाही मदत करणार नाही, असे त्या मित्राने विजयला सांगून टाकले. त्यामुळे विजयचे डोळे खाड्कन उघडले. त्याची चूक त्याच्या लक्षात आली आणि त्याने त्याच्या वागणुकीमध्ये तातडीने बदल केला.

असेच एक उदाहरण विकासबद्दल देता येते. विकासला अचानक त्याचे वडील गेल्यानंतर जवळपास दोन लाख रुपये मिळाले होते. ते त्याने बँकेमध्ये जमा केले. एवढ्या पैशांचे काय करायचे, याचा तो विचार करू लागला होता. त्याच्या मित्राने त्याला एक कल्पना सुचविली. त्याच्या मित्राने फ्लॅट घेतला होता. त्याने विकासकडून दोन लाख रुपये मागून घेतले आणि विकासने पण काहीही विचार न करता मैत्रीखातर ते दोन लाख रुपये देऊन टाकले.

त्या मित्राने फ्लॅट खरेदी केला. त्याच्या वास्तुशांतीला विकासला बोलावले. त्याला आग्रहाने गोडाचे पदार्थ खाऊ घातले. विकासला खूष केले. विकास त्याच्या मित्रावर भलताच खूश होता.

सहा महिन्यांनी विकासने फ्लॅट घ्यायचे ठरविले. त्याने त्याच्या मित्राकडे पैशांची मागणी केली. त्या मित्राने पैसे देण्यासाठी चालढकल करायला सुरुवात केली. विकासने खूप विनवण्या केल्या, तेव्हा त्याच्या मित्राने दहा हजार रुपये परत केले. त्या मित्राने पुढील सहा महिन्यांमध्ये पाच हजार, दहा हजार अशा तुकड्यांमध्ये पैसे परत केले. विकासला या घटनेचा खूप मानसिक त्रास झाला. त्या त्रासातून बाहेर पडायला विकासला आणखी सहा महिने लागले होते.

मदत मागताना नकार ऐकून घ्यावा लागतो.

लोकांनी नकार दिल्यावर त्याचा मानसिक त्रास करून घेऊ नये. त्यामुळे स्वत:चे डोके शांत ठेवता येते आणि माणसांची ओळख व्हायला लागते.

लोकांनी मदत करायला नकार दिल्यावर फार मोठा अपेक्षाभंग होत असतो. त्या लोकांना स्वत: किती मदत केली, याची आपल्याला जाणीव होते आणि त्यांनीच आपल्याला मदत करायला नकार दिला, त्याचीही जाणीव होत असते. अपेक्षाभंगाचे दु:ख पचवून पुन्हा स्वत:च्या कामाला जोमाने लागायचे असते.

एखाद्या मित्राने मदत करायला नकार दिल्यावर आपले नियोजनाचे गणित बिघडून जात असते. तो मित्र खात्रीने मदत करणार, या अपेक्षेने आपण नियोजन केलेले असते. त्यानुसार आपण दुसऱ्या कोणाला तरी काही द्यायचे वचन दिलेले असते. त्यानंतर त्यांना सामोरे जायला पण अवघड आपल्याला जात असते.

एखाद्याने मदत करणार असे सांगून आयत्या वेळी नकार दिला, तर

आणखी मोठा पेच निर्माण होत असतो. पैसे देण्याची बंधने असतात. त्यामुळे फार मोठ्या अडचणींना सामोरे जावे लागत असते.

एखादे वेळी पैशांची अत्यंत तातडीची गरज असते. त्यावेळी वेळ अपुरा असतो आणि गरज फार मोठी असते. अशावेळी मदत करू शकणाऱ्या लोकांनी जर हात वर केले, तर सगळे गणितच बिघडून जात असते. तेव्हा पैशांची जुळवाजुळव करताना नाकीनऊ येत असतात.

काही वेळा बाहेरगावी जावे लागणार असते. त्या वेळी अचानक पैशांची गरज भासते. बँकेत पैसे नसतात, पगार व्हायला वेळ असतो आणि कोणाकडे पैसे मागावेत, हे कळत नसते. त्या वेळी हमखास मदत करणारे लोक पण हात वर करून मोकळे होत असतात.

मदत मागताना नकार कसा पचवावा?

१) ज्याच्याकडे मदत मागितली होती, त्याची स्वत:ची खरोखरीच अडचण असू शकते, यावर विश्वास ठेवावा.

२) समोरच्या मित्राकडे पैसे असून देण्याची वृत्ती नसेल, तर त्याच्याबरोबर जास्त संबंध ठेवू नयेत व त्याच्याबरोबर देण्या-घेण्याचा व्यवहार टाळावा.

३) समोरचा मित्र मदतीचा नकार देत आहे, याचा अर्थ त्याचा आपल्यावर विश्वास नाही असा निकष लावायला हवा. आपण त्याचे पैसे परत देऊ शकत नाही, याबद्दल त्याला खात्री असावी आणि म्हणून तो टाळत असावा. त्याच्या निर्णयाबद्दल नाराजी व्यक्त न करता आपण आपली पत कशी वाढवू शकतो, याचा निश्चितपणे विचार करावा.

४) एखादा मित्र मदत करण्याचा हवाला देऊन मदत करत नसतो. उद्या पैसे देतो परवा पैसे देतो, असे सांगून टाळाटाळ करत असतो; याचा अर्थ त्याला पैसे द्यायचे नसतात. तो आपल्याला खेळवत असतो. अशा मित्रांवर चुकूनदेखील भरवसा ठेवू नये. त्यांच्याबरोबर सर्व प्रकारचे व्यवहार टाळावेत.

५) मदत मागितली आणि ती चटकन मिळाली नाही, तर याचा अर्थ असा होतो की, मित्रांच्या नजरेतून आपली पत कमी झालेली आहे. त्यामुळे ते मदत करत नाहीत. आपण परतफेड करू शकतो का नाही, याची त्यांना कोणतीही शाश्वती नसते. असा अर्थ घ्यावा आणि दुसरीकडे प्रयत्न करावेत.

६) मदत मागायला गेल्यावर कोणी मित्र बराच वेळ काहीही कारण नसताना ताटकळत बसून ठेवत असेल, तर तो आपल्याला मदत करणार नाही, असा अर्थ मनाशी पक्का करावा.

७) मदत मागायला गेल्यावर घरात असूनदेखील मित्राची बायको तो घरी नसल्याचे सांगते, तेव्हा तो मित्र अजिबात मदत करणार नाही याची खात्री बाळगावी.

८) नेहमी चहापानाला, खाण्या-पिण्याला सदैव तयार असणारा मित्र असतो. त्याच्याकडे मदत मागायला गेल्यावर त्याची बायको आपल्याला घरात न घेता दारातूनच हुसकून लावते, तेव्हा मित्राच्या दृष्टिकोनातून आपली लायकी काय आहे, या अंदाज बांधायला हवा. अशा मित्रांपासून दूरच राहायला हवे.

९) काही मित्र नेहमी सांगतात की, त्यांच्या मैत्रीमध्ये कोणताही आडपडदा नसतो. एखाद्या मित्राने अर्ध्या रात्रीदेखील हाक मारली, तर त्याला प्रतिसाद द्यायला तयार असतो. पण प्रत्यक्षात आपल्याला त्याच्या मदतीची गरज पडली, तर तो फोनसुद्धा उचलत नसतो. तेव्हा त्याची मैत्री कशा प्रकारची आहे, याचा कयास करावा.

१०) काही लोक मदत म्हणून बँकेतून किंवा पतसंस्थेकडून कर्ज काढून देण्याचे आमिष दाखवत असतात. त्यामध्ये दहा-पंधरा टक्क्यांची मागणी पण करत असतात. अशा लोकांपासून निश्चित सावध राहावे. यामध्ये फसवेगिरीची जास्त शक्यता असते. या लोकांपासून शक्यतो दूरच राहावे.

***

मदत देण्याचा नकार

काही वेळा आपल्याकडे कोणी तरी मदत मागायला येत असते. त्यांना मदतीची खरोखरीच गरज आहे का, याची पडताळणी करण्याची गरज असते. त्याच वेळी आपण त्यांना मदत करण्याच्या स्थितीमध्ये आहोत का, याची पण पडताळणी करण्याची जरुरी असते.

मदत मागणाऱ्याला खरोखरीची गरज आहे का?

* जमल्यास त्या व्यक्तीच्या आर्थिक आणि कौटुंबिक स्थितीची माहिती घ्यावी.

* तशी माहिती घेता येत नसल्यास मदत करता येणार नसल्याचे त्याला स्पष्टपणे सांगावे.

* जवळचा मित्र असल्यास आणि त्याची परतफेडीची स्थिती असल्यास त्याला पैसे द्यायला हरकत नसते; पण त्याची परतफेडीची स्थिती नसल्यास त्याला गोड शब्दांमध्ये नकार द्यावा.

* तर्कशुद्ध पद्धतीने त्याला समजावून सांगावे. मैत्रीचे संबंध टिकून राहावेत आणि त्याचबरोबर त्याला राग पण येणार नाही, अशा पद्धतीने सांगावे.

* काही लोक गरज नसतानादेखील मदत मागत असतात. अशा लोकांपासून सावध राहावे लागते. मदत करता येणार नाही, असे त्यांना स्पष्टपणे सांगावे.

* काही लोकांना गरज असते, पण काम करून कोणतीही कमाई करायची नसते. त्यांना फुकटचा पैसा मिळवायचा असतो. अशा लोकांपासून सावध राहावे. त्यांना स्पष्टपणे सांगावे. त्यांना शक्यतो स्वत:पासून दूर ठेवावे.

मदत मागणाऱ्याला खरोखरीच गरज आहे, पण आपण मदत करण्याच्या स्थितीमध्ये नाही.

* स्वत:ची आर्थिक स्थिती या वेळी तरी मदत देण्याइतकी सुदृढ नाही, असे स्पष्ट सांगावे. त्यामुळे दोघांचाही वेळ वाचत असतो. शिवाय, तो दुसरीकडे

प्रयत्न करायला मोकळा होतो.

* मित्राला समजावून सांगावे की, त्याची गरज मोठी आहे आणि आत्ता त्याची गरज भागवण्याइतकी आपण मदत करू शकत नाही. त्या क्षणी जेवढी मदत देता येणे शक्य आहे तेवढी देऊन टाकावी, म्हणजे त्याची बाकी गरज भागवण्यासाठी त्याला इतरत्र धडपड करायला संधी मिळत असते.

* जर स्पष्टपणे सांगता येत नसेल, तर वेगळ्या पद्धतीने सांगावे. आपणच खूप अडचणीमध्ये आहोत, असे सांगून त्याला टाळावे. तो आपल्या भरवशावर राहून खोट्या आशेवर थांबून राहणार नाही, याची खात्री करून घ्यावी.

* आपल्याला खरोखरीच मदत करणे शक्य नसेल, तर तसे स्पष्टपणे सांगावे. कारण त्यामुळे दोघांनाही होणारा मानसिक त्रास टाळता येत असतो. त्याचा आपल्यावरचा भरवसा टिकून राहत असतो आणि आपल्याला पण आपली विश्वासार्हता टिकवून ठेवता येत असते.

मदत द्यायची नसेल तर

* मदत मागणाऱ्याला स्पष्टपणे सांगून टाळावे. आपण कोणालाही, कोणत्याही प्रकारची मदत करत नसल्याचे सांगावे. त्यामुळे समोरच्या मित्राला राग नक्कीच येणार असतो. पण तो राग आलेला परवडला. त्याला टांगणीला लावून तरी ठेवले नाही, याचे समाधान व्यक्त करायला काही हरकत नाही.

* आपल्या स्वत:ला नकार देणे अवघड जात असेल, तर तो नकार इतर कोणाकडून तरी मदत मागणाऱ्या मित्राकडे पोहोचवावा. त्यामुळे समोरासमोर जाऊन नकार देणे पण टाळता येत असते आणि कोणालाही वाईट वाटेल असे काही घडत नसते. याने दोघांनाही राग, क्षोभ वगैरे येत नसतो आणि वाद पूर्णपणे टाळता येत असतो.

***

◆ **१६**

नकार आणि आजची तरुणाई

आजच्या तरुणाईला समज फारच लवकर आली आहे. पूर्वी अठरा-वीस वर्ष वयानंतर थोडीफार समज येत होती. जगातील व्यवहाराची जाण यायला वयाची तीस वर्षे गाठावी लागत होती. त्यानंतर घराच्या सुखरूप कोंदणातून बाहेर पडून स्वत:च्या संसाराची रचना करण्याचे धाडस होत होते.

आजचा जमानाच वेगळा आहे.

* मुलांना वयाच्या दहा-बारा वर्षांमध्येच समज यायला लागली आहे.

* मुलांना जगाच्या व्यवहाराची जाण वयाच्या पंधरा-सोळाव्या वर्षींच येऊ लागली आहे.

* मुलांना घराच्या कोंदणातून बाहेर पडायची घाई झालेली आहे.

* मुलांना घरातील ज्येष्ठांच्या मतांशी किंवा विचारांशी जुळवून घेता येत नाही.

* पालकांकडूनच मुला-मुलींच्या खूप अपेक्षा वाढलेल्या आहेत.

* पालकांकडून अपेक्षा पूर्ण झाल्या नाही की, हीच तरुणाई स्वत:च्या अपेक्षा पूर्ण करण्यासाठी वाट्टेल त्या मार्गाचा अवलंब करायला तयार असते.

* ही तरुणाई पालकांकडून नकार घ्यायला अजिबात तयार नसते.

* पालकांकडून नकार म्हणजे त्यांच्या अस्मितेला आव्हान केल्यासारखे या मुलांना वाटते.

* मुलांची जिज्ञासा वाढू लागली आहे.

* जमान्याबरोबर मुलांची गती वाढू लागली आहे.

* मुलांची व्यवहारासंबंधी आकलनशक्ती अतिवेगाने वाढू लागलेली आहे.

* मुलांना काही वस्तू हव्याच असतात. उदा.— ब्रँडेड कपडे, शूज, मोटारसायकल.

* मुलांना मोबाईलपासून सर्व इलेक्ट्रानिक मनोरंजनाची साधने हवी असतात.

* हे सर्व त्यांना मिळाले नाही की, त्यांचा संयम संपून जातो आणि ती बेभान होऊन जातात.

* मुलांना आणि मुलींना त्यांच्या जवळच्या लोकांकडून, मित्रांकडून, पालकांकडून आणि नातेवाइकांकडून नकार घेता येत नाही.

* तरुणाई विध्वंसक पद्धतींचा अवलंब करायला मागे पुढे पाहात नसतात.

तरुणाईमधील विध्वंसक प्रवृत्ती

* काही मुले त्यांना हवे ते मिळाले नाही, तर ते चोरून घेत असतात.

* एखाद्या तरुणीने लग्नाला नकार दिला की, तिच्यावर अत्याचार करत असतात.

* एखाद्या तरुणाने नकार दिला, तर ती तरुणी त्या तरुणाचे आयुष्य उद्ध्वस्त करायला लागते.

* आई-वडिलांनी तरुणांच्या गरजा पूर्ण केल्या नाहीत, तर ते आई-वडिलांच्या अंगावर धावून जातात आणि त्यांना मारहाण करत असतात.

* श्रीमंत घरातील तरुण-तरुणींवर पालकांचा बहुतांशी अंकुश नसतो. पालक त्यांना हवे तेवढे पैसे देत असतात. पण जे पालक अंकुश ठेवण्याचा प्रयत्न करत असतात, त्यांची मुले पैसा उपलब्ध न झाल्यामुळे बेभान होत असतात. मग ते गुन्हेगारीकडे वळत असतात आणि त्यांची हौस पुरवून घेण्यासाठी वाईट मार्गाने पैसा मिळवत असतात.

* गरीब घरातील मुले श्रीमंत घरातील मुलांबरोबर स्वत:ची तुलना करत असतात. त्यांच्यासारखी ऐष करायला बघत असतात. घरची परिस्थिती पोषक नसल्याने आणि पालकांचा विरोध असल्याने ही मुले गुन्हेगारी मार्गाने पैसा मिळवून स्वत:ची हौस भागवत असतात.

* सिनेमातील रोमॅंटिक दृश्ये पाहून तरुणींच्या मनातदेखील हिरोईनसारखे उंची कपडे परिधान करण्याची, दागिने घालून हिंडण्याची इच्छा निर्माण होत असते. मग त्यांपैकी काही तरुणी श्रीमंत घरच्या किंवा पैसेवाल्या मुलांना त्यांच्या प्रेमाच्या जाळ्यामध्ये अडकवून त्यांना हवा तेवढा पैसा मिळवत असतात.

* घरच्या लोकांची आर्थिक स्थिती मजबूत नसेल, तर बरीच मुले पालकांच्या मर्जीने वागत असतात. पण सगळीच मुले सरळमार्गी नसतात. काही मुले पालकांना माहीत नसताना घरातून एक-एक वस्तू चोरून बाहेर विकत असतात आणि पैसे मिळवत असतात, त्यावर मौजमजा करत असतात.

* आईचा विरोध असला तर मुले वडिलांना पटवून हवे ते पैसे उकळत असतात. ते वडिलांकडून त्यांना हव्या त्या वस्तू हट्टाने मिळवत असतात.

* वडिलांचा विरोध असला, तर ते आईला गोड बोलून गुंडाळून ठेवत असतात आणि आईकडून सर्व काही मिळवत असतात.

* आई-वडिलांचा विरोध असला, तर मोठ्या भावाला किंवा बहिणीला पटवून हवे ते मिळवण्याचा प्रयत्न करत असतात.

* काही मुलांनी पैसा मिळविण्यासाठी त्यांच्या मित्रांपैकी एखाद्या शामळू मित्राच्या अपहरणाचा कट केल्याचे दिसून आले आहे. त्यामध्ये काही गडबड झाल्यावर त्यांनी त्या मित्राचा खून करून टाकल्याचेसुद्धा वाचनामध्ये आले आहे. अशा मुलांच्या विकृतीमुळे समाजाचे मोठे नुकसान होत असते.

* काही मुलांनी पैसा मिळविण्यासाठी मोटारसायकली चोरून विकण्याचा व्यवसाय पण केला आहे. त्या पैशातून त्यांनी फक्त मौजमजा केली आहे. त्यांचे पालक श्रीमंत व सुस्थितीत होते. पण त्यांनी मुलांना मर्यादित पैसा दिल्यामुळे आणि मुलांना मौजमजेसाठी भरपूर पैसे लागत असल्याने ती मुले गुन्हेगारीकडे वळाली होती.

* काही मुलांनी पालकांचा विरोध आहे, म्हणून शाळा किंवा कॉलेजमध्ये धुडगूस घालायला सुरुवात केली आहे. कॉलेज प्रशासनाने पालकांना तंबी दिली आहे, तरीही मुलांचा धुडगूस चालू आहे. पालकांना त्रास देण्याच्या हेतूने मुले अशी विचित्रपणे वागत असतात.

* काही मुले पालकांना विरोध करण्यासाठी मुद्दामहून अभ्यासाकडे दुर्लक्ष करत असतात. पालकांच्या विरोधाला विरोध करून स्वत:चेच नुकसान करून घेत असतात.

तरुणाईचा अट्टहास

* तरुणांना जगातल्या सर्व वस्तू हव्या असतात.

* मित्रांकडे मोटारसायकल असते, म्हणून सर्वच तरुणांना मोटारसायकल हवी असते. म्हणून सर्वच तरुणांना मोटारसायकल पाहिजे असते.

* मैत्रिणीकडे स्कूटी किंवा ॲक्टिव्हा गाडी असते म्हणून तरुणींना पण तीच गाडी पाहिजे असते.

* मित्र-मैत्रिणींकडे मोबाईल असतो, कधी कधी अत्याधुनिक मोबाईल असतो. तरुणाईला पण तसाच अत्याधुनिक मोबाईल पाहिजे असतो.

* मित्र-मैत्रिणींकडे भरपूर पॉकेटमनी असतो, म्हणून तरुणाईला पण भरपूर

पॉकेटमनी पाहिजे असतो.

* मित्र-मैत्रिणी कॉलेजला दांडी मारून मल्टिप्लेक्ससमध्ये जोडीने किंवा समूहाने सिनेमा पाहायला जात असतात. कोणत्याही स्तरातील आजच्या तरुणाईला पण हे स्वातंत्र्य पाहिजे असते.

* काही श्रीमंत तरुण-तरुणींकडे परदेशी बनावटीचे व महागडे मोबाईल, आयपॉड, एमपी ३ प्लेअर्स असतात. आजच्या तरुणाईला त्याचे आकर्षण असते.

* सगळे मित्र-मैत्रिणी उंची हॉटेलमध्ये जाऊन महागड्या डिशेसचा आस्वाद घेत असतात. आजच्या तरुणाईला पण त्याचे आकर्षण असते.

* मित्रांनी हजारों रुपये खर्च करून वेगवेगळ्या कारणांनी पार्टी दिलेली असते. आजच्या तरुणाईचा पण अशा महागड्या पाट्र्या देण्याचा अट्टहास असतो.

* मित्र-मैत्रिणी एकत्रितपणे पिकनिकला जात असतात, तर तरुणाईला पण पिकनिकला जाण्याचे आकर्षण असते.

* मित्र उंची जीन्स आणि जॅकेट्स वापरत असतात. म्हणून तरुणाईला पण त्यांचे अनुकरण करायचे असते.

* मित्र मैत्रिणी अत्याधुनिक फॅशनचे महागडे कपडे आणि जोडे वापरत असतात. ते पाहून तरुणाईला पण त्यांचे अनुकरण करायचे असते.

* अभ्यासाकडे दुर्लक्ष करून मौजमजा करण्यामध्ये तरुणाईचे लक्ष असते. त्यांना जर विरोध केला, तर त्यांना राग येत असतो.

* तरुणाईला घरच्या लोकांकडून कोणतेही बंधन नको असते.

* तरुणाईला आई-वडिलांची शिस्त नको असते.

* तरुणाईला आई-वडिलांचे विचार अजिबात पटत नसतात.

* तरुणाईला घरातील खाणे आवडत नसते.

* तरुणाईला स्वत:च्याच विचारांनी पुढे जायला आवडत असते.

* तरुणाईला कोणी काही शिकवण्याचा प्रयत्न केला, तर त्यांना ते आवडत नसते.

* तरुणाईला कोणी आदर्श व्यक्तीबद्दल काही सांगितले, तर ते अजिबात आवडत नसते.

* तरुणाईला त्यांच्या कृत्यांबद्दल विरोध दाखवला, तर त्यांना आवडत नसते.

* तरुणाईला कोणतेही निर्बंध नको असतात.

* तरुणाईला स्वच्छंदपणे वागण्याची मुभा हवी असते.

* तरुणाईला स्वत:चे निर्णय स्वत: घ्यायचे असतात. त्यांना कोणी विरोध केला, तर ते आवडत नसते.

* तरुणाईला मोठी स्वप्ने पाहण्याची सवय असते. त्यामध्ये कोणाचा विरोध किंवा कोणाचेही अडथळे नको असतात.

* तरुणाईला स्वत:च्या जबाबदारीवर काम करायचे असते. त्यामध्ये त्यांना कोणी टोकले, तर ते त्यांना आवडत नसते.

***

तरुणाई : नकार घेताना

तरुणाईला नकार घ्यायला अवघड जात असते. त्यांचा अहं मोठ्या प्रमाणामध्ये दुखावला जात असतो. त्यांना कोणी विरोध करत आहे किंवा त्यांच्या म्हणण्याला नकार देत आहे, हेच तरुणाईला सहन होत नसते. तरुणाई नकार स्वीकारताना वेगवेगळ्या पद्धतीने प्रतिसाद देत असते.

* तरुणाई नकार स्वीकारू शकत नसते.

* तरुणाई आक्रमकरीत्या प्रतिसाद देत असते.

* काही तरुण नकाराचे आव्हान पेलू शकत नसतात.

* काही तरुण स्वत:ला उद्ध्वस्त करून टाकत असतात. ते आत्महत्येचा मार्ग स्वीकारतात.

* काही तरुण अधिक आक्रमक बनून दुसऱ्याला जीवे मारण्यापर्यंत पुढे जात असतात.

* काही तरुण नकारार्थक उत्तर देणाऱ्या व्यक्तीला मारहाण करत असतात.

* काही तरुण नैराश्यामध्ये बुडून जात असतात. ते जग-व्यवहारापासून दूर जात असतात.

* काही तरुण एकटेपणा पसंत करत असतात. ते नकारानंतर मित्रांपासून दूर राहत असतात.

* काही तरुणी नकारानंतर एकलकोंड्या होऊन घरामध्येच राहणे पसंत करत असतात.

* काही तरुणी नकारानंतर आई-वडील सांगतील त्या तरुणाबरोबर लग्न करून पुढच्या जीवनामध्ये पाऊल ठेवत असतात.

* काही तरुणी स्वत:चा विध्वंस करत असतात. त्यांना नकार सहन होत नसतो आणि त्या तरुणी आत्महत्येचा मार्ग अवलंबून मोकळ्या होत असतात.

* काही तरुणी घर सोडून पळून जात असतात.
* काही तरुणी घरातील लोकांविरुद्ध वागायला सुरुवात करत असतात.
* काही तरुणी आई-वडिलांबरोबर भांडण करून त्यांना त्रास देत असतात.

***

तरुणाई आणि नीतिनियम

तरुणाईला नीतीची बंधने नको आहेत. त्यामुळे तरुणाई सर्व प्रकारची बंधने तोडून द्यायला तयार असते. सर्व प्रकारची बंधने झुगारून देऊन जगण्यामध्ये तरुणाईला रस वाटत असतो.

* हा स्थापित केलेल्या समाजाच्या रचनेला विरोध आहे, असे म्हणता येईल.
* हा एक प्रकारे स्थापित समाजाच्या रचनेला नकारच म्हणता येईल.
* समाजाचे नीतीचे नियम झुगारून स्वत:चे नीतीचे नियम ते निर्माण करतात. समाजाच्या चौकटीतून बाहेर पडण्याचा प्रयत्न करतात.
* समाजाच्या चौकटीबद्ध जीवनाला नकार देऊन स्वत:च्या पद्धतीने जगण्याचा प्रयत्न करू लागतात.
* स्वत:च्या नव्या चौकटीमध्ये राहण्याचा प्रयत्न करू लागतात.
* स्वत:ची दुनिया निर्माण करण्याचा प्रयत्न करत असतात.
* स्वत:चे मर्जीप्रमाणे वागायचा प्रयत्न करतात.
* स्वत:च्या आवडीप्रमाणे खाणे-पिणे करण्याचा प्रयत्न करत असतात.
* स्वत:च्या मर्जीप्रमाणे राहणीमान ठेवण्याचा प्रयत्न करत असतात.
* स्वत:च्या मर्जीप्रमाणे नातेवाईक आणि मित्राबरोबर वागायचा प्रयत्न करत असतात.
* स्वत:च्या आवडीनुसार छंद जोपासत असतात.
* स्वत:च्या मर्जीप्रमाणे झोपण्याच्या आणि उठण्याचा वेळा ठरवत असतात.

तरुणाई आणि मैत्री

आजकालची तरुणाई आणि त्यांच्यामधील मैत्री हा एक मोठा चर्चेचा विषय होऊन बसला आहे. आज एक नवी प्रथा रुजू होऊ पाहत आहे. तरुण व तरुणी लग्न

न करता एकत्र नवरा-बायकोसारखे राहू लागतात. त्यांच्यामध्ये जे संबंध असतात, त्यांची गणना नैतिक का अनैतिक असा संभ्रम निर्माण झालेला असतो. दोघांचे पटले नाही, तर दोघेही आपापल्या मार्गाने जाऊ शकतात. या संबंधांना 'लिव्ह इन रिलेशनशिप' असे म्हणतात.

सदर तरुणाचे आणि तरुणीचे पालक यात काहीही करू शकत नसतात. त्यांनी त्यांच्या मुलांना घरात ठेवण्याला नकार दिलेला असतो. पण मुलांना काही फरक पडत नसतो. मुलांचे उत्पन्न पालकांच्या उत्पन्नापेक्षा जास्त असते. त्यामुळे मुलांची हुकूमत चालू लागते. पालकांना सगळे काही समजत असते. ते मुलांना नकार देत असतात आणि मुले त्यांना नकार देत असतात.

पालक आणि मुले आपापल्या ठिकाणी बरोबर असले, तरी समाजामध्ये राहायचे असेल तर समाजाचे नीतिनियम पाळावे लागतात. समाजाच्या चौकटीमध्ये राहून नैतिकतेचे धडे गिरवता येतात. पण समाजाची चौकटच मोडून टाकली, तर नैतिकता शिल्लक राहत नाही. कोणीही कसेही वागायचे ठरविले, तरी त्यांना कोणी प्रश्न विचारणारे नसते.

ज्यांच्याकडे पैसा आणि सत्ता असते, ते मात्र खरोखरीच स्वत:चे नियम बनवत असतात. त्या नियमाप्रमाणे जगत जातात आणि स्वत:ची दुनिया बनवत जातात.

नकार देण्यासाठी हाती पैसा हवा असतो किंवा सत्ता पाहिजे असते किंवा अधिकार तरी पाहिजे असतो. नकार देण्यासाठी स्वत:ची नैतिकता सिद्ध करावी लागते. स्वत:चे स्वच्छ वर्तन जगापुढे यावे लागते. स्वत:ची चांगली प्रतिमा जगासमोर राहायला पाहिजे असते. थोडक्यात, पुन्हा एकदा समाजाच्या चौकटीचा आधार घ्यावा लागतो. चांगले का वाईट, हे ठरविल्याशिवाय नकार पण देता येत नसतो.

***

नकाराचे सामर्थ्य

नकार दिल्याने एक काम थांबविता येत असते. त्याच वेळी नकार दिल्यास संपूर्ण लोकसभेचे कामकाज पण थांबविता येत असते. नकारामध्ये एवढे सामर्थ्य असते की, समोरच्या माणसाला विचार करायला भाग पाडता येत असते. फक्त त्या सामर्थ्याची ओळख होणे गरजेचे असते.

स्वतःचे सामर्थ्य —

* लगट करणाऱ्या पुरुषाला एखाद्या स्त्रीने नकार दिला की, त्या पुरुषाची पुढचे पाऊल उचलण्याची हिंमत होत नसते.

* एखाद्या तरुणीने मैत्रीमध्येदेखील एखाद्या तरुणाला जवळ येऊ देण्यास नकार दिला, तर तो तरुण त्वरित माघार घेत असतो.

* एखाद्या तरुणीने तिला नापसंत असलेल्या तरुणाबरोबर मैत्री करण्यास नकार दिला, तर तो तरुण पुन्हा तिच्यासमोर येण्याचे धाडस पण करत नसतो.

* एखाद्या तरुणीने ठामपणे नकार दिला, तर कोणताही तरुण पुन्हा तिच्या वाटेला जात नसतो.

* एखाद्या तरुणाने स्पष्टपणे नकार दिला, तर कोणतीही तरुणी त्याच्याबरोबर मैत्री करणार नसते.

* व्यवस्थापकाने जास्त सांगिततेल्या कामाला एखाद्या तरुणाने नकार दिला, तर तो व्यवस्थापक पुन्हा काही काम सांगणार नसतो.

* एखाद्या नोकरदाराने मुद्दाम त्रास देणाऱ्या साहेबाला नकार दिला, तर तो साहेब पुन्हा त्या नोकरदाराच्या नादाला लागणार नसतो.

* एखाद्या व्यक्तीने त्याला नावडते काम करण्यास नकार दिला, तर त्याला कोणीही जबरदस्ती करू शकत नसतो.

* एखाद्या नातेवाइकाने विशिष्ट प्रकारे मानपान करायची गळ घातली आणि त्याला स्पष्ट नकार दिला, तर तसे करण्याची जबरदस्ती तो नातेवाईक करू शकत नसतो.

* एखाद्या व्यक्तीने त्याच्या नातेवाईकाने आणलेल्या स्थळाला नकार दिला, तर कोणीही त्याच्यावर जबरदस्ती करू शकत नसतो.

* एखाद्या व्यक्तीने व्यवहार करताना गैरमार्गाने खाणे-पिणे करण्यास नकार दिला, तर कोणीही जबरदस्ती करू शकत नसतो.

* एखाद्या व्यक्तीने गैरमार्गाने पैसे कमवायला नकार दिला, तर त्याचा नाद सोडून दिला जात असतो.

* एखाद्या व्यक्तीने व्यवहाराच्या नियोजित पद्धती सोडून काम करायला नकार दिला, तर कोणीही त्याच्यासमोर उभे राहण्याचे धाडस करत नसतो.

* एखाद्या व्यक्तीने वाईट मार्गाने पैसे कमावणार नाही असे ठरविले, तर सगळे त्याचा आदर करायला लागतात.

* एखाद्या व्यक्तीने स्वत: भ्रष्टाचार करणार नाही आणि भ्रष्टाचाराला बळी पडणार नाही असे सांगितले, तर सगळे त्याचे कौतुक करायला लागतात.

* एखाद्या व्यक्तीने कॉपी करून पास होणार नाही असे ठरविले, तर सगळे त्याचे कौतुक करायला लागतात.

* एखाद्या व्यक्तीने रस्त्याचे सर्व नियम पाळून वाहन चालविले तर त्याला कोणीही कुठेही अडवणार नसतात.

गटाचे सामर्थ्य

* एखाद्या गटाने भ्रष्टाचाराच्या विरुद्ध आंदोलन सुरू केले, तर सगळे त्या गटाचे कौतुक करायला लागतात.

* एखाद्या गटाने गैरप्रकारांच्या विरुद्ध आवाज उठवला, तर त्यांचे कौतुक केले जात असते.

* एखाद्या गटाने स्त्रियांवरील अन्यायाविरुद्ध आवाज उठवला, तर सगळे लोक त्यांना या आंदोलनामध्ये साथ देतात.

* एखाद्या गटाने रस्त्यावरील गैरशिस्तीविरुद्ध आंदोलन केले, तर लोक त्यांचे कौतुक करतात.

* एखाद्या गटाने सामाजिक अन्यायाविरुद्ध आंदोलन छेडले, तर सगळे त्यांना सामील होतात.

* एखाद्या गटाने चांगल्या प्रवृत्तीविरुद्ध आंदोलन छेडले, तर त्यांना समर्थन

दिले जात नाही.

* एखाद्या गटाने एखाद्या मागणीसाठी नोंद केली, तरी त्यांचे कौतुक होत असते.

* एखाद्या गटाने एखाद्या हक्कासाठी निवेदन दिले, तरी त्यांचे कौतुक होत असते.

समूहाचे सामर्थ्य : समूहाची रचना गटापेक्षा निश्चितच वेगळी असते. गटामध्ये मर्यादित स्त्री व पुरुष सामील असतात, तर समूहामध्ये त्यांची मोजदाद करता येत नसते. गटाची कोणतीही एक निश्चित विचारसरणी नसते. ते त्यांच्या सोईनुसार आणि गरजेनुसार एकत्र आलेले असतात. त्यांची ताकद निश्चितच एका व्यक्तीपेक्षा जास्त असते, पण समूहापेक्षा कमी असते. जेव्हा एकच विचारधारा असते आणि त्या विचारांनी प्रभावित होऊन अनेक गट एकत्र येतात, तेव्हा समूहाची निर्मिती होत असते.

समूहाचे अस्तित्व काही वर्षे किंवा दशकांपर्यंत टिकून राहू शकते. त्यांच्या विचारांनी प्रभावित झालेले लोक उत्स्फूर्तपणे त्या समूहाच्या कार्यामध्ये सहभागी होत असतात आणि ते वर्षानुवर्षे कार्यरत राहत असतात. ते तन-मन-धन अर्पण करून उभे राहत असतात आणि समूहाचे कार्य पुढे नेत असतात. त्यांचे कार्य नेहमीच विधायक असते. त्यांच्यामुळे सामाजिक बदल घडून येत असतात. सर्व समाजाच्या विचारांची दिशा बदलायची त्यांच्यात ताकद असते. काही वेळा विधायक समजत असलेले कार्य चुकीच्या निर्णयामुळे विघातक पण होत असते.

* एखादा समूह आपले म्हणणे मांडत असतो, त्यावेळी समाजाची विचारांची दिशा पण बदलत असतो. ती दिशा सकारात्मक किंवा नकारात्मक असू शकते.

* एखादा समूह आपले विचार एखाद्या विषयावर मांडत असतो तेव्हा सगळ्यांवर त्या दृष्टीने विचार करून पाहण्याची गरज भासते.

* एखाद्या समूहाने एखाद्या घटनात्मक विषयावर त्यांचे विचार लोकांसमोर मांडले, तर त्यासंबंधी विचार करावा लागतो.

* एखाद्या समूहाने जाहीररीत्या एखाद्या मुद्द्याला विरोध केला की, सर्वच लोक जागे होतात आणि त्या दृष्टीने विचार करू लागतात.

* एखाद्या समूहाने भ्रष्टाचारविरुद्ध आंदोलन छेडले, तर सर्व लोक त्या वेळी जागे होतात.

* एखाद्या समूहाने घटनेसंबंधी दुरुस्तीला विरोध केला, तर त्यांच्या विरोधाचा पण विचार करावा लागत असतो.

* एखाद्या समूहाने एखाद्या तात्त्विक मुद्द्याला विरोध दर्शविला, तर सगळे

लोक जागे होतात.

* एखाद्या समूहाने जनहिताच्या दृष्टीने मागणी नोंदविली, तर बाकी सर्वच लोकांना त्यांच्या मागणीचा विचार करावा लागत असतो.

* एखाद्या समूहाची विचारांची दिशा प्रकट झाली की, सर्वच यंत्रणांना खीळ बसू शकते.

* एखाद्या समूहाने विघातक आंदोलन सुरू केले, तर संपूर्ण शहराची यंत्रणा बंद होते आणि करोडो रुपयांचे नुकसान होत असते.

* एखाद्या समूहाने उघडपणे बंद पुकारला, तर त्या शहरामध्ये रस्त्यावर चिटपाखरूही दिसत नसते.

* एखाद्या समूहाने एखाद्या मुद्द्यावर जाहीर आंदोलन छेडले, तर स्थानिक सरकारचे धाबे दणाणून जाते आणि पोलीस यंत्रणा मोठ्या प्रमाणामध्ये राबवावी लागते.

* एखाद्या समूहाने केलेले आंदोलन चिघळले, तर काही दिवसांसाठी शहराचे सर्व कामकाज ठप्प होत असते आणि सगळ्यांचे मोठ्या प्रमाणावर नुकसान होत असते.

* एखाद्या समूहाने केलेले आंदोलन विघातक जरी असले, तरी त्यामध्ये सरकार उलथवून टाकण्याचे सामर्थ्य असते.

उदाहरण -

१) राजनने त्याच्या व्यवसायामध्ये भरपूर कमाई केली होती. त्याच्या भावाला मात्र नाममात्र पार्टनर करून घेतले होते. राजनने हे सर्व टॅक्स वाचवण्याच्या हेतूने केले होते. पण त्याचा भाऊ मात्र वेगळ्याच हेतूने हालचाल करायला लागला होता. राजनने दहावर्ष खपून त्याचा व्यवसाय नावारूपाला आणला होता. त्या व्यवसायावर त्याचा अधिकार होता. तो अधिकार त्याला सोडायचा नव्हता. त्याने त्याचे विश्व निर्माण केलेले होते पण त्याच्या भावाचे त्यामध्ये कोणत्याही प्रकारचे कार्य नव्हते. कोणत्याही प्रकारचा सहभाग नव्हता. राजनने तडकाफडकी निर्णय घेऊन टाकला. त्याने त्याच्या भावाचे नाव पार्टनर शीपमधून काढून टाकले आणि स्वत:चे सामर्थ्य दाखवून दिले.

२) विनितकडे वडिलोपार्जित भरपूर इस्टेट होती. त्याने सगळ्यांवर त्यांच्या पैशांच्या जोरावर दहशत निर्माण केली होती. त्याचे नातेवाईक त्याच्या पुढे पुढे करायला लागले होते. त्याची कार कोणाच्या दारापुढे थांबली तर ती व्यक्ती धावत

दार उघडायला पुढे येत होती. त्याच्यापुढे मान तुकवून त्याच्याबरोबर अदबीने बोलत होती. त्याच्याबरोबर बोलताना दोन पावलांचे अंतर ठेवूनच बोलत होती. त्याच्या बरोबर बोलताना खालच्या आवाजामध्ये बोलत होती. सगळे आदबीने वागत होते, त्या गोष्टीला पण एक कारण होते. काही वर्षांपूर्वी एका नातेवाईकाने त्याच्यासमोर अर्वाच्य शिव्या दिल्या होत्या. विनितने त्याच्या एक थोबाडीत ठेवून दिली होती. पुन्हा तोंड वर करून बोलायचे नाही अशी तंबी दिली होती. त्याच्याबद्दलचा हा प्रसंग सगळ्यांना ठाऊक होता. त्याचे सामर्थ्य काय आणि किती आहे याची त्यानं चुणूक दाखवून दिली होती. त्याच्या सामर्थ्यापुढे सगळे गप्प होते.

✳✳✳

नकार देताना

समाजामध्ये वावरताना आपण अनेक वेळा अनेक ठिकाणी नकाराचा वापर करत असतो. त्यामुळे नकार देण्याची पण एक मानसिकता असायला हवी असते. ही मानसिकता वेगवेगळ्या प्रसंगांच्या संदर्भातून निर्माण होत असते.

* एखाद्या बिकट प्रसंगातून स्वत:ची सुटका करून घेण्यासाठी दुसऱ्याला नकार दिला जात असतो. त्यामुळे दुसरी व्यक्ती आपल्याबाबतीत पुढचे नकारात्मक पाऊल उचलू शकत नसते किंवा आपले नुकसान करू शकत नसते.

* एखाद्या व्यक्तीचे बोलणे नापसंत असेल, तर तिला नकार देऊन तिचे बोलणे थांबवता येत असते.

* एखाद्या व्यक्तीचे वागणे नीतिनियमांच्या लक्ष्मणरेखा पार करून जाणारे असले, तर नकार देऊन त्या व्यक्तीला थांबवता येते.

* एखादी व्यक्ती वेळप्रसंग न पाहता वाटेल ते बोलत असली, तर तिला नकार देऊन थांबवता येत असते.

* एखादा मित्र रोजच्या रोज घरी येऊन आपल्या घरातील संतुलन बिघडवत असेल, तर त्याला नकार देऊन त्यांचा उपद्रव थांबवता येत असतो.

* एखादी व्यक्ती फार पुढे-पुढे करत असेल, तर त्या व्यक्तीला नकार देऊन थांबवता येते.

* घरातील एखादी व्यक्ती आपल्या घराचे स्वास्थ्य बिघडवत असेल, तर नकारातून त्या व्यक्तीला जाणीव करून देता येते.

* एखादी व्यक्ती नवरा-बायकोच्या संबंधांमध्ये व्यत्यय आणत असेल, तर त्या व्यक्तीला नकार देऊन दूर ठेवता येत असते.

* एखादी व्यक्ती एखाद्या कार्यामध्ये व्यत्यय आणत असेल, तर नकाराचा

वापर करून त्या व्यक्तीला तशी स्पष्ट जाणीव करून देता येत असते.

* एखाद्या कामाचे ओझे होत असेल, तर नकार देऊन ते ओझे कमी करता येते.

* एखाद्या प्रसंगामुळे मनावर ताण येत असेल, तर त्या प्रसंगाशी संबंधित व्यक्तींना नकार देऊन आपला ताण कमी करता येतो.

* एखादी व्यक्ती आपल्याला काही विकत घेण्यासाठी दडपण आणत असेल, तर त्या व्यक्तीला नकार देऊन दडपणातून मुक्त होता येते.

* एखादी व्यक्ती धमकी देऊन काही काम करून घेण्याचा प्रयत्न करत असेल, तर त्या व्यक्तीला नकार देऊन दूर ठेवता येत असते.

* एखादी व्यक्ती पैसे देऊन आपल्या चांगुलपणाचा गैरफायदा घेत असेल, तर त्या व्यक्तीला दूर ठेवून त्याचे पैसे परत करण्यात आपली स्वत:ची सुरक्षितता असते.

* एखादी व्यक्ती आपल्या इच्छेविरुद्ध जबरदस्ती करून आपल्याकडून काही काढून घेण्याचा प्रयत्न करत असेल, तर वेळीच तिला विरोध करून थांबवता येत असते.

* एखादी व्यक्ती आपल्या चांगल्या कामामध्ये मुद्दाम अडथळे निर्माण करत असेल, तर त्या व्यक्तीला विरोध करून दूर ठेवता येत असते.

* एखादी व्यक्ती आपले नुकसान करून आपल्याला खड्ड्यात ढकलत असेल तर त्या व्यक्तीला विरोध करून दूर ठेवता येत असते.

नकार दिल्याने...

आपले मन शांत होत असेल...

आपले दडपण जात असेल...

आपली सुटका होत असेल...

आपली प्रगती होत असेल...

आपल्याला यश मिळेत असेल...

तर... **नकार द्यावा.**

***

नकार घेताना

विरोध हा नकार देण्याचा एक राजमार्ग आहे. अनेक ठिकाणी, अनेक संस्थांमध्ये, प्रत्येक घरामध्ये, प्रत्येक कुटुंबामध्ये विरोधाचा सूर असतो. विरोध करून काही जण एखाद्या विचाराला, एखाद्या संकल्पनेला नकार देत असतात.

* दोन लोक एकत्र आले, तरीही त्यांच्यामध्ये मतभिन्नता असू शकते.
* नवरा-बायकोमध्ये मतभिन्नता आणि विचारांची दुही असू शकते.
* आई आणि वडिलांच्या विचारांमध्ये मुलांच्या बाबतीत मतभिन्नता असू शकते.
* बाप-लेकामध्ये विचारांची आणि कार्याची मतभिन्नता असू शकते.
* दोन भावांमध्ये वैचारिक भेद असू शकतात.
* दोन बहिणींच्या स्वभावांमध्ये आणि विचारांमध्ये भिन्नता असू शकते.
* बहीण-भावांमध्ये वैचारिक वाद असू शकतात.
* दोन मित्रांमध्ये मतभेद असू शकतात.
* दोन मैत्रिणींच्या स्वभावांमध्ये भेद असू शकतात.
* दोन विचारवंतांच्या वैचारिक दिशा वेगवेगळ्या असू शकतात.
* दोन राजकारण्यांमध्येदेखील मतप्रवाह वेगवेगळे असू शकतात.
* दोन साहित्यिकांमध्ये वेगवेगळे विचारप्रवाह असू शकतात.
* दोन व्यवस्थापकांमध्ये काम करण्याच्या पद्धतीमध्ये भिन्नता असू शकते.
* दोन कामगारांचे विचार आणि काम करण्याच्या पद्धती वेगळ्या असू शकतात.
* एकाच घटनेकडे पाहणाऱ्या कोणत्याही दोन माणसांचे विचारप्रवाह वेगळे असू शकतात.

यावरून असे लक्षात येते की, कोणत्याही दोन व्यक्ती एकत्र आल्या तरी मुळात त्या भिन्न स्वभावांच्या असतात. त्यांची विचारशैली वेगवेगळी असते. एकाच

घटनेकडे किंवा कार्याकडे बघण्याचा त्यांचा दृष्टिकोन वेगळा असतो. त्यांच्यापुढे एखाद्या कार्याचा निर्णय घ्यायचा असला की, एकाची प्रवाहाच्या बाजूने विचार करण्याची पद्धत असते, तर दुसऱ्याची प्रवाहाच्या विरुद्ध जाण्याची पद्धत असते. त्यामुळे कोणी तरी एक जण दुसऱ्याला नकार देत असतो. त्यासाठी तो विरोधाचे अस्त्र वापरत असतो. दुसरा पहिल्याला विरोध करत असते. त्याचेही नकाराचेच अस्त्र असते.

थोडक्यात, दैनंदिन जीवनामध्ये ठायी-ठायी नकार द्यावा लागतो किंवा नकार घ्यावा लागतो. हे सर्व प्रत्येकाच्या इतके अंगवळणी पडलेले असते की, आपण नकार देऊन विरोध करत आहोत याची त्याला जाणीव पण होत नसते.

ज्या व्यक्तीला नकार घ्यावा लागतो, त्याला मात्र राग येतो आणि तेव्हा विरोध करून नकार दिल्याची जाणीव होत असते.

नकार घेणाऱ्या व्यक्तीला...

* नकार घेताना खूप त्रास होत असतो.

* खूप राग येत असतो.

* आपल्याला त्रास देण्यासाठी नकार दिल्याचे त्याला वाटू लागते.

* आपले खूप विरोधक असल्याचे वाटते.

* त्याचा अहं दुखावल्याने त्याची सूड उगवण्याची इच्छा होत असते.

* विरोध करून मुद्दाम छळ केल्यासारखे वाटत असते.

* खूप मानसिक त्रास होत असतो.

* नकारात्मक विचारांनी घेरले जात असतो.

* त्याला आत्मविश्वास ढळल्यासारखे वाटायला लागत असते.

* अपयशाने खचल्यासारखे होत असते.

* नकारामुळे गर्भगळित होऊन जात असते.

* नकारामुळे स्वत:मध्ये काही कमतरता राहिल्यासारखे वाटत असते.

* लोकांचा आपल्याबद्दलचा दृष्टिकोन बदलल्यासारखे वाटत असते.

* लोक आपल्याला वाळीत टाकत असल्याचे वाटत असते.

* लोक आपल्याकडे 'हा वाईट माणूस आहे' या दृष्टीने पाहतात, असा विचार येत राहतो.

* आपल्यामध्येच दोष आहे म्हणून नकार दिला, असे वाटत असते.

* आपण वाईट वागतो म्हणून नकार दिला, असे वाटत असते.

* आपली योग्यता नाही म्हणून नकार दिला, असे वाटत असते.

* आपल्याला नामशेष करायचे म्हणून नकार दिला, असे वाटत असते.

* आपल्याकडे लोकांचा पाहण्याचा दृष्टिकोन बदलून टाकण्यासाठी नकार दिला, असे वाटू लागते.

* आपल्याला मुद्दामहून डावलण्यासाठी नकार दिला, असे वाटू लागते.

* आपल्याला प्रगती करता येऊ नये यासाठी नकार दिला, असे वाटू लागते.

* आपल्याल योग्य ती संधी मिळू नये यासाठी नकार दिला, असे वाटू लागते.

* आपले कार्य लोकांपुढे येऊ नये यासाठी नकार दिला, असे वाटू लागते.

* आपले नाव मोठे होऊ नये म्हणून नकार दिला, असे वाटू लागते.

* आपल्याला बढती मिळू नये यासाठी नकार दिला, असे वाटू लागते.

* आपल्याला कलागुणांना वाव मिळू नये यासाठी नकार दिला, असे वाटू लागते.

हे सगळे खरे असते.

नकार असा घ्यावा...

* खिलाडू वृत्तीने नकार घ्यावा.

* स्वत:तील दोष माहीत करून घ्यावेत.

* स्वत:मधील काही अवगुण असल्यास त्यांची माहिती घ्यावी आणि त्यामध्ये सुधारणा करण्याचा प्रयत्न करावा.

* स्वत:चा अहं दुखावून घेऊ नये.

* स्वत:चा अहं बाजूला ठेवून सारासार विचार करावा.

* स्वत:मध्ये बदल करण्याचा प्रयत्न करावा.

* स्वत:ल त्रास करून घेऊ नये.

* स्वत:चे मानसिक संतुलन बिघडवून घेऊ नये.

* इतरांमुळे स्वत:ला शिक्षा करून घेऊ नये.

* आत्मपरीक्षण करून स्वत: कोणती चूक केली याची माहिती घ्यावी.

* स्वत:च्या कामाच्या पद्धतीमध्ये काही दोष असल्यास ते दूर करावेत.

* स्वत:च्या वागणुकीमध्ये काही त्रुटी राहिलेल्या असल्यास त्या दूर कराव्यात.

* स्वत:च्या कार्यामध्ये काही मोठे दोष असल्यास ते बदलावेत किंवा कार्य बदलावे.

* कार्यस्थळ पूर्णपणे बदलावे.

* कोणाबरोबर पटत नसेल तर पटवून घेण्याचा प्रयत्न करावा किंवा त्यांचा नाद सोडावा.

कोणी दडपण आणत असेल, तर दडपणाखाली येऊ नये.

* कोणी मुद्दाम त्रास देत असेल, तर त्याला दूर ठेवावे.

* दूरदृष्टीने विचार करावा आणि त्याप्रमाणे कामाच्या पद्धतीमध्ये बदल करावा.

* अतिउत्साहाने काम करण्याचे टाळावे.

* घाईने निर्णय घेण्याचे टाळावे.

* दुसऱ्याच्या विचारांचा दृष्टिकोन पण तपासून पाहावा व तो बरोबर असल्यास त्यांच्या विचारांप्रमाणे वागावे.

***

२२

नकारातून प्रतिकार

गोड-गोड बोलून आपल्याकडून काम करून घेणारे लोक आपल्याला सतत भेटत असतात. आपले नातेवाईक, आपले मित्र, आपले जवळचे लोक या प्रकारे आपला गैरफायदा घेत असतात.

या गोष्टीची आपल्याला उशिराने जाणीव होते. त्यानंतर मात्र आपल्याला खूप त्रास होत असतो. आपण वेळीच सावध झालो असतो, तर आपल्याला कोणताही त्रास झाला नसता, असे नंतर वाटू लागते. यासाठी आपल्याला खूप सावध राहावे लागते. आपल्याबरोबर कोणीही जास्त गोड बोलत असेल, तर ती व्यक्ती काय करणार आहे याची चाहूल लागत असते.

आधीच जर चाहूल लागली, तर त्या व्यक्तीपासून आपण स्वत:चा बचाव करू शकत असतो. त्यापुढे जाऊन प्रतिकार पण करू शकत असतो.

प्रतिकार करण्याचे काही मार्ग —

१) नकार म्हणजे असहकार्य - आपण जे काही काम करत असतो, त्यामध्ये अनेक लोकांबरोबर संबंध येत असतो. काही लोकांना स्वत:ची जबाबदारी दुसऱ्यावर झटकून टाकण्याची सवय असते. काही लोक खूप आळशी असतात व आपले काम गोड बोलून दुसऱ्यावर ढकलण्याची सवय त्यांना असते. काही लोक मात्र दडपण आणून, ब्लॅकमेल करून आपले काम दुसऱ्यावर ढकलत असतात. या लोकांच्या बोलण्यातून वागण्यातून त्यांच्या मनातील हेतूची चाहूल लागत असते. त्यांना नकार द्यायचा असतो. त्या नकाराचा अर्थ त्यांना सहकार्य करायचे नसते. त्यांना तसे सांगून त्यांच्या अंगावरची जबाबदारी घेणे टाळायचे असते. त्यांना एकदा का जाणीव झाली की, आपण त्यांना सहकार्य करणार नाही; ते त्यानंतर आपल्याला वाटेला जात नसतात. किमान आपल्या डोक्याचा थोडा तरी त्रास कमी होत असतो.

२) नकार म्हणजे प्रतिसाद न देणे - आपण जे काही काम करतो, ते आपल्या कुवतीनुसार करत असतो. काही लोकांना आपल्याला मुद्दाम त्रास देण्याची सवय असते. काही लोकांना आपल्या कामाची गती पाहावत नसते. त्यामुळे ते कोणत्या ना कोणत्या मार्गाने आपल्या कामामध्ये अडथळे निर्माण करत असतात. त्यातला एक मार्ग म्हणजे, आपला वेळ वाया जाईल असे काही करण्याचा प्रयत्न ते करतात. गप्पा मारायला, टाइमपास करायला, पत्ते खेळायला किंवा पार्टीला बोलावत असतात. त्यामुळे आपला मौल्यवान वेळ वाया जात असतो. अशा लोकांच्या उद्देशाची आपल्याला चाहूल लागली, की आपण सावध व्हायला पाहिजे असते. त्यांचा या कोणत्याही मोहाला बळी पडायचे नसते. त्यांच्या आमंत्रणाला प्रतिसाद न देणे, हाच एक योग्य मार्ग असतो. त्यांच्या कुकर्मांना नकार देणे अपरिहार्य असते.

३) नकार म्हणजे टाळणे- काही मित्र, आप्तेष्ट घरामध्ये उगाच येऊन किंवा ऑफिसमध्ये येऊन बसतात. त्यांनी व्हीआरएस घेऊन निवृत्तीचा मार्ग स्वीकारलेला असतो. त्यांच्याकडे भरपूर वेळ असतो. आपल्याला मात्र तो कामाचा महत्त्वाचा वेळ असतो. त्यांच्याबरोबर गप्पा मारत बसणे आपल्याला परवडणारे नसते. त्यामुळे आपण त्यांना नकार द्यायचा असतो. त्यांना तसे सांगून टाकायचे असते. त्यांच्या उपस्थितीमुळे कामामध्ये किती व्यत्यय येतो, याची जाणीव करून द्यायची असते. त्यानंतरदेखील ते जर आपल्याला चिकटायला येत असतील, तर वेगवेगळी कारणे सांगून त्यांना टाळायचे असते.

४) नकार म्हणजे नाराजी व्यक्त करणे - काही संबंध इतके जवळचे असतात की, त्यांना काही बाबतींत स्पष्टपणे सांगितले तर त्यांना राग येत असतो. त्यांना विरोध केला असे जाणवले, तरी त्यांची चिडचिड होत असते. ते काही ना काही निमित्ताने त्यांचा राग व्यक्त करत असतात. काही वेळा संबंध तुटण्याचा पण संभव असतो. आपल्याला संबंध पण टिकवून ठेवायचे असतात आणि त्याचबरोबर त्यांना जाणीव पण करून द्यायची असते. अशा परिस्थितीमध्ये संधी पाहून आपण नाराजी व्यक्त करणे जरुरीचे असते. त्यामुळे त्यांना तीव्रता पण जाणवत नसते आणि त्यांच्यापर्यंत संदेश पण व्यवस्थितरीत्या पोहोचत असतो. हा कूटनीतीचा मार्ग जरुरीप्रमाणे अवलंबायचा असतो. त्यानंतर त्यांच्याकडून प्रतिसाद मिळत असतो.

५) नकार म्हणजे संबंधांमध्ये खीळ बसणे - काही वेळा नातेवाईक आपल्यावर एखादे कार्य करण्याविषयी किंवा देणे-घेणे करण्याविषयी जबरदस्ती करायला लागतात. या गोष्टी आपल्याला निश्चितच पसंत नसतात. आपण कोणते कार्य करायचे किंवा देणे-घेणे कोणत्या प्रकारे करायचे, यासंबंधी सर्व निर्णय आपणच घ्यावयाचे असतात. त्याबाबतीत कोणीही जबरदस्ती करायला लागले, तर ते आपल्याला पसंत नसते. आपल्या अस्तित्वावर, आपल्या निर्णयशक्तीवर तो एक प्रकारचा आघात असतो. अशा ठिकाणी स्पष्टपणे नकार द्यायचा असतो. एकदा का त्यांच्या एका मागणीला आपण झुकलो की, त्यानंतर त्यांच्या प्रत्येक मागणीला आपल्याला सतत झुकावे लागणार असते. हे सर्व टाळायचे झाले, तर आपल्याला कुठे तरी एक कठोर निर्णय घेऊन नकार द्यायचा असतो. त्यामुळे संबंधांमध्ये खीळ बसली तरी चालणार असते, पण त्यामुळे डोक्याचा वारंवार होणारा त्रास कमी होणार असतो.

६) नकार म्हणजे संबंध संपविणे - काही वेळा नातेवाईक किंवा आप्तेष्ट आपल्यावर काही गोष्टी लादायला लागतात. आपल्याकडून पैसे उकळायचे किंवा आपल्याला नुकसानीत टाकायचे अशीच त्यांची वृत्ती असते. अशा नातेवाइकांपासून दूर राहणे गरजेचे असते. एकदा का त्यांची वृत्ती कळली की, गोड शब्दांमध्ये त्यांना नकार देऊन पाहायचा असतो. त्यानंतरदेखील ते चिकटून राहत असतील, तर त्यांना स्पष्ट शब्दांमध्ये सांगून संबंध संपवायचे असतात. त्याशिवाय आपला त्रास कमी होणार नसतो. त्यांना या पद्धतीने प्रतिकार केला नाही, तर ते आपल्याला संपवायला मागे-पुढे पाहत नसतात. त्यासाठी आपण आपला बचाव आधीच करून घ्यायचा असतो.

७) नकार म्हणजे फक्त स्वतःचे अस्तित्व टिकविणे - काही नातेवाईक किंवा आप्तेष्ट आपल्या जीवावरच उठलेले असतात. आपल्याला त्यांची ही वृत्ती माहीत नसते. काही काळाने त्यांच्याबरोबरील सहवासाने त्यांच्यातील वृत्ती काय आहे याची आपल्याला जाणीव होते. एकदा का त्यांची वृत्ती समजली, की आपल्याला त्याच्याबरोबरचे संबंध काहीही झाले तरी संपवायचेच असतात. कारण आता आपल्या अस्तित्वाचाच प्रश्न उभा राहत असतो. आपण अशा लोकांच्या बाबतीत कितीही चांगले बोललो व त्यांच्याबरोबर कितीही चांगले वागलो तरी त्यांना कोणताही फरक पडणार नसतो. त्यांची वृत्तीच वाईट असते. त्यांना त्यांचे खाद्य पाहिजे असते. ते भुकेने व्याकूळ झालेल्या वाघासारखे त्यांचे खाद्य शोधत असतात. अशा वेळी आपण

त्यांचे खाद्य होण्याआधीच त्यांना आपल्या जीवनातून, आपल्या संपर्कातून काढून टाकायला हवे. त्यांचे ते बघून घेतील, पण आपल्याला आपले अस्तित्व टिकवायचे असते. त्यांच्यामुळे इतर क्षेत्रामध्ये आपले कितीही नुकसान झाले तरी चालेल; पण आपल्या अस्तित्वासाठी त्यांच्या संबंधांना नकार द्यायचा असतो आणि आपली सुटका करून घ्यायची असते. मग ते नातेवाईक आपल्या भाऊबंदकीतील असले तरी हरकत नसते.

***

२३

विरोधाला विरोध

काही लोकांना विरोधाला विरोध करायचा म्हणून नकार वापरायचा असतो. नकाराचे अस्त्र हाती असते, म्हणून त्यांना ते अस्त्र वापरायचे असते. समोर कोणी कोणतेही आणि कितीही चांगले काम केलेले असले, तरी ते विरोधाला विरोध करत असतात. म्हणून स्पष्टपणे सांगायचे झाले तर त्यांचा हेतू चांगला नसतो. त्यामध्ये कूटनीती असू शकते, नाही तर काही कपट, कारस्थान असू शकते.

विरोध करण्याची बहुधा सर्व कारणे पुढे नमूद करण्यात आली आहेत. ती आपल्या सगळ्यांच्या पाहण्यामध्ये कुठे ना कुठे तरी आलेली आहेत.

१) वैयक्तिक मतभेद - दोन व्यक्तींमध्ये काही प्रमाणामध्ये मतभेद असतात. त्यामुळे त्यांच्यामध्ये एक तर एक मोठी स्पर्धा असते, नाही तर वैर तरी असते. स्पर्धा सकारात्मक दृष्टीने असते, तर वैर नकारात्मक दृष्टीने असते. अशा स्थितीमध्ये एका व्यक्तीने काही चांगले करायचे ठरविले, तर दुसरी व्यक्ती पहिल्या व्यक्तीला विरोध करते. याच प्रकारे उलटदेखील होत असते. यामध्ये दोघांमधील वैयक्तिक मतभेद कारणीभूत असतात. ते अन्य कोणालाही माहीत नसतात.

२) तात्त्विक मतभेद - दोन व्यक्ती एकाच संस्थेमध्ये राहून दोन विरोधी तत्त्वांप्रमाणे वाटचाल करत असतात. ज्या वेळी त्या व्यक्ती एकाच ठिकाणी येत असतात आणि एखाद्या विषयावर मत प्रदर्शित करायचे असते, त्या वेळी त्यांच्यातील तात्त्विक मतभेद स्पष्ट होत असतात. दोघेही आपापल्या मतांना चिकटून राहिल्याने कोणत्याही बाबतीत ते एकमेकांना विरोधच करत राहतात. त्यांच्या विचारधारा त्यांच्या तत्त्वांमुळे भिन्न असतात. त्यामुळे प्रत्येक वेळी त्यांचा एकमेकांना विरोधच होत असतो.

३) राजकीय मतभेद - दोन व्यक्ती दोन वेगवेगळ्या राजकीय पक्षांचे प्रतिनिधित्व करत असतात. त्यामुळे त्यांची तत्त्वे, त्यांचे विचार आणि त्यांची मते

त्यांच्या राजकीय पक्षांच्या धोरणांनुसारच असतात. अशा स्थितीमध्ये दोघे जेव्हा एखाद्या कार्यसंबंधी निर्णय घेण्यासाठी एकत्र येतात, तेव्हा ते एकमेकांना विरोधच करत असतात. दोघांनाही आपली बाजू योग्य आणि दुसऱ्याची चूक, असे वाटत असते. त्यामुळे ते एकमेकांना विरोध करून नकार देत असतात. त्यांचा हा नकार म्हणजे विरोध करायचा म्हणून विरोध असतो.

४) सामाजिक मतभेद - दोन व्यक्ती एकाच परिसराचे किंवा एकाच गटाचे प्रतिनिधित्व करत असतात, पण त्यांचा समाजाकडे पाहण्याचा दृष्टिकोन वेगवेगळा असतो. सामाजिक स्थिती कशी सुधारावी, याबद्दल त्यांची वेगळी विचारसरणी असते. एखाद्या व्यक्तीला वाटत असते की, त्यांच्या गटाचे किंवा संस्थेचे अध्यक्षपद राजकीय व्यक्तीच्या हाती जायला नको आणि विरोधकांना ते हवे असते. हे मतभेद त्या समाजाच्या प्रगतीला बाधक ठरत असतात.

५) जातीय मतभेद - दोन व्यक्ती वेगवेगळ्या जातींचे प्रतिनिधित्व करत असतात. एका जातीला काही सवलती मिळत असतील, तर दुसऱ्या जातीला पण त्या सवलती मिळायला पाहिजेत, असा अट्टहास असतो. जर त्या सवलती मिळणार नसतील, तर त्यांचा विरोध असतो. यावरून ते एकमेकांना सतत विरोध करत राहतात. त्यांच्यातील मतभेदांमुळे कोणाचीही प्रगती होणार नसते, याची त्यांना पूर्ण कल्पना असते. तरीही ते एकमेकांना सातत्याने नकार देऊन विरोध करायचा म्हणून विरोध करत राहतात.

६) आर्थिक भेद - दोन व्यक्ती वेगवेगळ्या आर्थिक स्तरांवरील असल्यावर त्यांच्यामध्ये साहजिकच आर्थिक भेद असतो. त्यांच्या राहणीमानामध्ये त्यांच्या बोलण्या आणि चालण्यामध्ये हा भेद दिसून येत असतो. त्यामुळे जर अशा दोन व्यक्ती एकाच ठिकाणी काही कारणास्तव आल्या आणि एखादा निर्णय घ्यावयाचा असेल, तर त्या एकमेकांना विरोध करत असतात. ज्या व्यक्तीची आर्थिक स्थिती सुदृढ असते, ती व्यक्ती दुसऱ्या व्यक्तीचा काही कारणाने पाणउतारा करत असते. त्यामुळे दुसरी व्यक्ती मात्र रागावते व चिडून नकाराचा वापर करून विरोध करत असते. दुसरी व्यक्ती जेव्हा काही कार्य करण्याचा प्रस्ताव ठेवत असते, तेव्हा पहिली व्यक्ती नकाराचा वापर करून विरोध करत असते.

७) व्यावसायिक भेद - दोन वेगवेगळ्या व्यक्ती एकाच व्यवसायामध्ये असतात. त्यांच्यामध्ये नकळत स्पर्धा होत असते. त्या स्पर्धेमुळे त्यांच्यामध्ये काही प्रमाणात मतभेद असतात. अशा परिस्थितीत त्यांचा काही बाबतीमध्ये एकमेकांना विरोध असतो. हा व्यावसायिक विरोध फक्त त्यांच्या व्यवसायासंदर्भामधील काही

विषय आले तरच उफाळून येत असतो, अन्यथा ते एकमेकांबरोबर जेवायलासुद्धा एकत्र बसत असतात.

८) प्रापंचिक भेद - एकाच कुटुंबातील दोन व्यक्ती एकत्र आल्या तरी त्यांच्यामध्ये मतभेद असतात. त्यांच्या विचारांमध्ये भेद असतात. त्यांच्या कामामध्ये भिन्नता असते. त्यांची कुटुंबीयांप्रति विचार करण्याची पद्धत वेगळी असते. त्यांच्या सर्वच दृष्टिकोनामध्ये भिन्नता असते. त्यामुळे त्या दोन व्यक्ती एकत्र आल्या की, त्यांच्यामधील मतभेद उफाळून येऊ लागतात. एकाने मांडलेला विचार दुसरी व्यक्ती खोडून टाकत असते. दुसऱ्या व्यक्तीने मांडलेल्या प्रस्तावाला पहिली व्यक्ती नकार देत असते. काही वेळा त्यांच्यातील हे मतभेद पराकोटीला जाऊन त्यांच्यातील संवाद बंद होऊन जातो.

९) मुद्दाम विरोध - हा विरोध कोणत्याही कारणाने दिला जात नसतो. हा विरोध करायचा म्हणून विरोध केला जात असतो. समोरच्या माणसाची कोणतीही चूक नसते. त्या माणसाचे कर्तृत्व डोळ्यांत भरण्यासारखे असते. त्याची काम करण्याची पद्धत सर्वसमावेशक असते. तो सगळ्यांना सांभाळून घेत असतो. सगळेच जण त्याचे मित्र असतात. त्याला कोणीही मदत करायला तयार असतो. त्याने मांडलेले प्रस्ताव सगळ्यांना चांगले वाटतात. तरीही काही लोक त्याला विरोध करतात. त्यामध्येच त्यांना एक असुरी आनंद मिळत असतो. त्यांचा हा उद्दाम विरोध म्हणजे त्यांचा मुद्दाम विरोध असतो. त्यांची सगळ्याच लोकांना विरोध करण्याची सवय नसते. त्यांना कामामध्ये विनाकारण अडथळे निर्माण करण्याची सवय असते. कामामध्ये खीळ बसली की, त्यांना एक प्रकारचा असुरी आनंद मिळत असतो. ते नकाराचा असा गैरवापर करत असतात. त्यांची ही मानसिक विकृती असते.

या विरोधाकडे दुर्लक्ष करून आपले काम करत राहायचे असते.

या नकारार्थी वागण्याचा किंवा विरोधाचा स्वत:ला त्रास करून घ्यायचा नसतो. त्याकडे सोइस्कररीत्या दुर्लक्ष करायचे असते आणि आपल्या उद्दिष्टांच्या दिशेने निग्रहाने वाटचाल करत राहायचे असते.

उदाहरण -

१) राकेशची चांगली नोकरी होती. त्यामुळे त्याच्याकडे दरमहा नियमित पगार येत होता. त्याचा एकलकोंडा स्वभाव असल्याने तो मित्रांमध्येसुद्धा फारसा मिसळत नव्हता. त्याचे काही ठरावीक मित्र होते आणि तो त्यांच्या सहवासामध्ये रममाण होत होता. त्याचे सगळ्यांबरोबर चांगले संबंध होते. तरीही त्यांच्या बरोबर

व्यवहाराचे संबंध नव्हते. तो सतत स्वत:चे घर आणि त्याच्या कुटुंबियांबरोबर वावरत होता. त्याने स्वत:च मर्यादा घालून घेतलेल्या होत्या. त्याने स्वत:च बाकीच्या मित्राबरोबर फार संबंध वाढवायचे नाही या अर्थाने विरोध केला होता.त्यामुळे त्याच्या जवळ जायला कुणीही धजावत नव्हते. त्याचा विरोध आणि राग झेलण्यची कुणाची तयारी नव्हती. त्याने नकाराचा वापर करून विरोध दर्शविला होता.

२) राणी एका कंपनीमध्ये चांगल्या पगारावर नोकरीला लागली होती काही दिवसांनी तिच्या ऑफिसमधला साहेब बदलला आणि तिच्यावर जणू संकटच कोसळले होते. तिचा साहेब सर्व कामकाज सोडून तिच्याबरोबर बोलण्याचा प्रयत्न करत होता. तिच्याबरोबर सलगी करण्याचा प्रयत्न करत होता. राणीला हे सर्व काही पसंत नव्हते. तरीही नोकरी टिकविण्यासाठी ती साहेबांचा हा त्रास सहन करत होती. ती विरोध करत नाही याचा साहेबांनी वेगळाच अर्थ करून घेतला. त्यांनी तिच्याकडून होकार आहे असे समजून पुढचे पाऊल उचले. एक दिवस एकांत पाहून साहेबांनी तिचा हात धरला आणि तिला जवळ ओढले. तिने पटकन स्वत:ची सुटका करून घेतली. तिने स्पष्ट शब्दांमध्ये तिला हे पसंत नसल्याचे सांगितले. तिचा विरोध पाहून साहेबांचा उत्साह नाहीसा झाला. साहेबांनी तिला पुन्हा कधीही त्रास दिला नाही.

***

ठाम निर्णय म्हणजे नकार

आपल्याला अनेक ठिकाणी समोरच्या व्यक्तीबरोबर व्यवहार करावा लागत असतो. तो व्यवहार पैशाचा असू शकतो. तो व्यवहार देण्या-घेण्याचा असू शकतो. तो व्यवहार एखादे काम करण्याचा असू शकतो.

नापसंतीचे व्यवहार —

* एखादी व्यक्ती जबरदस्तीने लग्न करण्याची मागणी करत असते.
* एखादी व्यक्ती गळ्यात पडून उसने पैसे देण्याची मागणी करत असते.
* एखादी व्यक्ती घर विकत घेण्याची मागणी करत असते.
* एखादी व्यक्ती एखादी नको असलेली वस्तू विकत घेण्याची गळ घालत असते.
* एखादी व्यक्ती नको असलेल्या व्यक्तीकडे येण्यासंबंधी गळ घालत असते.
* एखादी व्यक्ती आपल्याला न झेपणारे काम करायला सांगत असते.
* एखादी व्यक्ती आपल्याला न आवडणारे पदार्थ खायला भाग पाडत असते.
* एखादी व्यक्ती आपल्याला न आवडणारे पेय प्यायला भाग पाडत असते.
* एखादी व्यक्ती आपल्या न आवडणाऱ्या व्यक्तींच्या संपर्कात राहून त्यांच्या पार्टीला हजर राहण्याची गळ घालत असते.
* एखादी व्यक्ती आपल्याला पसंत नसलेल्या ठिकाणी जाण्यास भाग पडत असते.
* एखादी व्यक्ती आपल्याला तिच्यावर पैसे खर्च करायला भाग पाडत असते.
* एखादी व्यक्ती आपल्याला आपला भाग्योदय घडवून आणण्यासाठी आपले घर विकायला भाग पाडत असते.
* एखादी व्यक्ती आपल्या अडचणी दूर करण्यासाठी आपल्या होम-हवन करायला लावत असते.

* एखादी व्यक्ती आपल्या आर्थिक अडचणी दूर करण्यासाठी आपल्याला नको ते दान करायला लावत असते.

* एखादी व्यक्ती जबरदस्ती करून नको ते संबंध प्रस्थापित करण्यास भाग पाडत असते.

* एखादी व्यक्ती परिस्थितीचा गैरफायदा घेऊन नको त्या गोष्टी करायला लावत असते.

* एखादी व्यक्ती ब्लॅकमेल करून आपल्याला छळत असते.

* एखादा नातेवाईक नको त्या व्यक्तीचे मानपान करण्याची गळ घालत असतो.

या सर्व नापसंतीच्या व्यवहारांना ठाम निर्णय घेऊन नकार देणे. ठामपणे नकार देण्याचा निर्णय घेतल्याने...

* दुसऱ्याच्या दबावाखाली राहण्याची गरज नसते.

* दुसऱ्याच्या विचाराने काम करायची गरज नसते.

* दुसऱ्याच्या मर्जीने वागण्याचा गरज नसते.

* दुसऱ्याच्या गतीने जाण्याची गरज नसते.

* दगडाखाली असलेला स्वत:चा हात सुखरूपपणे बाहेर काढता येतो.

* स्वत:च्या विचाराने निर्णय घेता येत असतो.

* स्वत:च्या मताप्रमाणे काम करता येत असते.

* स्वत:च्या आनंदासाठी काम करता येत असते.

* स्वत:च्या कामातले सर्व अडसर दूर करून पुढे जाता येत असते.

* स्वत:च्या अस्तित्वाची दुसऱ्याला जाणीव करून देता येत असते.

* स्वत:ची विचारसरणी कशी बरोबर आहे, हे आपल्या यशस्वी कार्याने पटवून देता येते.

* स्वत:ची प्रगती आपण कशी करू शकतो, हे दुसऱ्याला दाखवून देता येते.

* स्वत:ची कामकाजाची पद्धत किती चांगली आहे, हे दुसऱ्याना पटवून देता येत असते.

* स्वत:चा ताणतणाव नाहीसा करता येतो.

* तर्कशुद्ध पद्धतीने नियोजित वेळेआधी काम करता येत असते.

***

२५

नकार देऊन संबंध टिकविणे

संबंध टिकविण्यासाठी अनेक लोक धडपडत असतात. त्यामध्ये अनेक प्रकारचे संबंध असू शकतात.

* बाप-लेकाचे संबंध
* आई-मुलीचे संबंध
* भावांचे संबंध
* बहिणींचे संबंध
* भाऊ-बहिणीचे संबंध
* नवरा-बायकोचे संबंध
* सासू-सूनेचे संबंध
* सासरा-जावयांचे संबंध
* नातेवाइकांमधले संबंध
* मित्रांमधले संबंध
* मैत्रिणींमधले संबंध
* मालक-नोकरांमधले संबंध
* कामगारांमधील संबंध
* व्यवस्थापकांमधले संबंध

हे संबंध टिकविण्यासाठी...

* ज्याचे अधिकार जास्त, त्याचे म्हणणे ऐकले जाते.
* ज्याच्याकडे पैसा जास्त, त्याचे म्हणणे ऐकले जाते.
* ज्याचे घरामध्ये वर्चस्व, त्याचे म्हणणे ऐकले जाते.
* ज्याची घरामध्ये कमाई जास्त, त्याचे म्हणणे सगळ्यांना ऐकावे लागते.
* ज्याचे शिक्षण जास्त, तो घरावर अधिपत्य गाजवत असतो.

* ज्याचा जन्म आधी झालेला असतो, तो घरात मोठेपणा घेऊन गाजवत असतो.

* जिचा नवरा श्रीमंत, ती घरावर अधिकार गाजवत असते.

* बायकोचा पगार जास्त असतो, तेव्हा तिच्यापुढे घरामध्ये नवऱ्याला पण बोलता येत नसते.

* जो भाऊ श्रीमंत असतो, त्याच्या म्हणण्याप्रमाणे घरामध्ये चालीरीती राबवल्या जातात.

* ज्या बहिणीचे लग्न आधी होते, ती घरामध्ये आधिपत्य गाजवत असते.

* व्यवसायामध्ये जो कोणी ज्येष्ठ असतो, त्याचे म्हणणे ऐकले जात असते.

* व्यवसायामध्ये जो जास्त यश प्राप्त करतो, त्याचे म्हणणे ऐकले जात असते.

* कामगारांमध्ये जो जास्त अनुभवी असतो, त्याचे म्हणणे ऐकावे लागते.

* व्यवस्थापकांमध्ये जो अधिक चांगले काम करतो, त्याचे म्हणणे ऐकले जात असते.

* नोकरी करताना वरच्या साहेबाचे म्हणणे ऐकावे लागत असते.

निर्णय घेताना या सगळ्यांची चूक होऊ शकते.

तरीही...

* वरिष्ठ सांगतात, ते बिनबोभाट करत असतो.

* वरिष्ठ सांगतात, ते ऐकत असतो.

* वरिष्ठ सांगतात, तसे काम करत असतो.

* ज्येष्ठांना प्रतिकार करत नसतो.

* ज्येष्ठांना प्रश्न विचारत नसतो.

* ज्येष्ठांना चुकीकडे काणाडोळा करत असतो.

* ज्येष्ठांच्या असाध्य मागण्या पूर्ण करतो.

* ज्येष्ठांनी टाकलेली न पेलवणारी जबबादारीदेखील पूर्ण करण्याचा प्रयत्न करतो.

* ज्येष्ठांनी सांगितलेली पद्धत कामासाठी अमलात आणत असतो.

* अधिकाराने सांगितले, तर डोळे झाकून कामाला मूर्त स्वरूप आणून देत असतो.

* स्वतःला त्रास झाला तरीही कोणतीही तक्रार करत नसतो.

* स्वतःचा विचार न करता कामामध्ये पूर्णपणे झोकून देत असतो.

* वरिष्ठांचा आपल्याला त्रास होऊ नये, म्हणून त्यांचे म्हणणे ऐकत असतो.

* ज्येष्ठांची मर्जी सांभाळण्यासाठी त्यांचे म्हणणे ऐकत असतो.

* वरिष्ठांबरोबर संबंध टिकवून ठेवण्यासाठी त्यांची सर्व काही कामे करत राहतो.

* वरिष्ठांनी आपल्याला सतत चांगले असल्याचे प्रमाणित करण्यासाठी त्यांच्यापुढे सतत लोटांगण घालत असतो.

त्यामुळे...

* आपल्याला शारीरिक त्रास सोसावा लागतो.

* आपल्याला मानसिक त्रास सोसावा लागतो.

* आपल्याला अपमान सहन करावा लागतो.

* आपल्याला आपली बाजू मांडता येत नसते.

* आपल्याला चूक सुधारता येत नसते.

* आपल्याला खूप चांगले काही करण्याची संधी मिळत नसते.

* आपल्याला आपला अहं दुखावला तरी तो बाजूला ठेवून काम करावे लागते.

* आपल्याला आपले विचार बाजूला ठेवून काम करावे लागते.

* आपल्याला आपले विचार मांडण्याची संधी मिळत नसते.

* आपल्याला आपली कार्य पद्धती राबवण्याची संधी मिळत नसते.

* आपल्याला आपली यशाची उंची गाठत येत नसते.

* आपल्याला आपल्या मनाविरुद्ध आणि नको ते काम करावे लागत असते.

* आपल्याला पसंत नसताना त्या व्यक्तीच्या हाताखाली काम करावे लागत असते.

* आपल्याशी ज्या व्यक्तीचे पटत नसते, त्या व्यक्तीबरोबर काम करावे लागते.

* आपल्या चांगल्या वृत्तीचा गैरफायदा घेतला जात असतो.

* आपल्या सरळ स्वभावाचा गैरफायदा घेतला जात असतो.

* आपल्याला खूप काम देऊन त्या कामातून उसंत मिळणार नाही, याकडे लक्ष दिले जात असते.

* आपण काम वेळेवर करतो म्हणून आपल्याकडे कामाचा ओघ जास्त ठेवला जातो.

या चक्रातून बाहेर पडण्यासाठी नकाराचा वापर करावा लागतो.

* योग्य वेळी वरिष्ठांना प्रश्न विचारून योग्य स्पष्टीकरण मागायचे असते.

* वरिष्ठांनी सांगितलेल्या कामाला योग्य वेळी नकार देऊन स्वत:ला होणारा त्रास टाळायचा असतो.

* वरिष्ठांच्या दडपणाखाली काम करण्यापेक्षा त्यांना नकार देऊन स्वत:चा

मानसिक त्रास टाळायचा असतो.

* वरिष्ठांना विरोध करून नोकरी धोक्यात येण्याचा संभव असतो; पण तसे केल्याने निदान आपला विरोध वरिष्ठांना विचार करायला लावत असतो.

* नातेसंबंधांमध्ये दडपणाखाली राहून काम करण्यापेक्षा काही वेळा संबंध बिघडले तरी चालतील, पण दडपणाचा मानसिक त्रास कमी करायचा असतो.

* जे काम पसंत नसते, ते काम करायचे नसते.

* ज्या व्यक्तीबरोबर काम करायची इच्छा नसते. त्या व्यक्तीबरोबर काम करायचे टाळायचे असते.

* आपल्यावर जास्त काम लादले, तर नकार देऊन त्याची जाणीव करून द्यायची असते.

* आपण नकार दिल्याने समोरची व्यक्ती आपण नकार का दिला याचा विचार करायला लागते. त्यातून संबंध पुन्हा सुधारू शकतात.

* आपल्या नकाराने संबंध टिकायला मदत होते, कारण आपण नकार देऊ शकतो याची जाणीव होत असते.

नकार देऊन संबंध टिकविणे आणि मनाची शांतता मिळविणे.

***

माघार घेऊन संबंध टिकविणे

संबंध टिकविण्याचा आणखी एक राजमार्ग उपलब्ध असतो. तोही नकाराचाच मार्ग असतो. पण तो दुसऱ्याला नकार न देता स्वत:ला नकार देण्याचा असतो.

* एखादे संबंध टिकविण्यासाठी आपण खूप प्रयत्न केले, पण समोरच्या व्यक्तीने योग्य प्रतिसाद दिलेला नसतो. त्यामुळे संबंध सुधारण्याऐवजी बिघडतच जात असतात. अशा वेळी युद्धात जशी तात्कालिक माघार घेतली जाते, तशी माघार घेता येत असते.

* एखाद्या नात्यामध्ये दुसरी व्यक्ती खपूच हट्टी असते आणि स्वत:चेच म्हणणे खरे मानून वागत असते. अशा व्यक्तीसमोर आपण सत्य सांगितले तरी ते पटण्यासारखे नसते. अशा नातेसंबंधांतून माघार घेऊन बाजूला होणे हितावह ठरते.

* एखाद्या व्यवहारामध्ये दुसरी व्यक्ती स्वत:च्याच म्हणण्याप्रमाणे व्यवहार करायला भाग पाडत असेल आणि तो व्यवहार आपल्याला पटण्यासारखा नसेल, तर त्या व्यवहारामध्ये न पडणे हे जास्त फायदेशीर असते.

* नवरा-बायकोचे काही कारणावरून पटत नसते. त्यात ज्याने हटवादी भूमिका घेतलेली असते, त्याला त्याची भूमिका योग्यच वाटत असते. दुसऱ्याने या परिस्थितीतून बाहेर पडण्यासाठी माघार घेण्याचा मार्ग अवलंबायचा असतो.

* मैत्रीच्या संबंधांमध्ये एखादा मित्र दुसऱ्यावर दबाव आणून त्याला पसंत नसलेले काम करायला लावत असेल, तर दुसऱ्याने त्या संबंधांतून माघार घेण्याची मानसिक तयारी ठेवायची असते.

* बाप-लेकांचे वारंवार खटके उडत असतील, तर दोघेही एकत्र राहू शकत नाहीत, असा निष्कर्ष काढायला हरकत नसते. मुलाने माघार घेऊन त्यांच्यापासून

दूर राहणे हितावह ठरते.

* दोघा भावांचे पटत नसेल आणि एक भाऊ जर हेकेखोरपणे आपलेच म्हणणे खरे आहे असे मानून वागत असेल, तर दुसऱ्याने माघार घेऊन दुसरीकडे घर केल्याने शांतता मिळत असते.

माघार घेण्यामागची मानसिकता...

* कोणतेही संबंध टिकविण्यासाठी दोन्ही बाजूंनी प्रयत्न व्हायला पाहिजे असतात.

* एका बाजूने संबंध टिकविण्यासाठी प्रयत्न होत असती व दुसऱ्या बाजूने कोणतेही प्रयत्न होत नसतील, तर संबंध टिकत नसतात याची खात्री असते.

* हेकेखोर, हट्टी, हटवादी किंवा आपलेच म्हणणे खरे मानणाऱ्या लोकांचे सगळ्यांबरोबरचे संबंध बिघडत असतात.

* माघार घेतल्याने निदान दोघांमधील वाद, भांडणे, मारामारी, मतभेद टाळता येत असतात.

* दोघांनाही शांतता हवी असते आणि ती दोघांनाही मिळत असते.

* कोणत्याही समस्येवर काळ हे एक मोठे औषध असते, असे समजतात.

* लोकांना त्यांची चूक लक्षात आल्यावर ते पुन्हा संबंध जोडण्यासाठी उत्सुक राहतात.

* माघार घेतल्याने गैरसमज झाल्याचे समजून घेता येते आणि पुढे संबंध सुधारायला संधी मिळत असते.

* माघार घेतल्याने सारासार विचार करायला संधी मिळत असते.

* काही काळ संबंध बिघडत असतात, पण कालांतराने ते सुधारत असतात. त्यानंतर हे संबंध मनातील कटुता बाजूला ठेवून टिकून राहतात.

****

२७

नकार असा द्यावा - विक्रेत्यांना

नकार देण्याची पण एक कला आहे, असे समजायला कोणतीही हरकत नाही. नकार देताना स्वतः त्या कार्यामध्ये किंवा गुंत्यामध्ये अडकून पडणार नाही याची काळजी घ्यावी लागते.

घरोघरी फिरणारा विक्रेता

* विक्रेत्यांकडून त्यांच्याजवळच्या उत्पादनांची थोडी माहिती घेऊन त्याला स्पष्टपणे नकार द्यावा. त्यामुळे तो पुढे बोलू शकत नाही.

* अजिबात काहीही न बोलता विक्रेत्याच्या तोंडावर दार बंद करून टाकावे.

* विक्रेत्याला गोड शब्दांमध्ये नकार द्यावा.

* घरामध्ये कोणी ज्येष्ठ माणूस नाही, असे सांगून विक्रेत्याला टाळावे.

* विक्रेत्याची उत्पादने शेजारच्या घरी वापरली जातात, असे सांगावे.

* सोसायटीमध्ये विक्रेत्याला पाऊल कसे ठेवू दिले गेले, असा प्रश्न विक्रेत्यालाच विचारावा.

* विक्रेत्याच्या उत्पादनांमध्ये खोट असल्याचे ऐकले होते, असे सांगून त्याचा उत्साह पूर्णपणे संपवून टाकावा.

* कमी भावाने उत्पादने देण्याची मागणी विक्रेत्याकडे करावी.

* विक्रेत्याच्या उत्पादनांपेक्षा चांगल्या दर्जाची उत्पादने वापरतो, असे सांगून त्याचा उत्साह पूर्णपणे संपवून टाकावा.

* विक्रेत्याला त्याची उत्पादने आणखी कमी भावामध्ये मिळतात, असे सांगावे.

* विक्रेत्याच्या बॉसची ओळख असल्याचे खोटेच सांगावे.

* विक्रेत्याला शिष्टाचाराच्या गोष्टी माहीत नसल्याचे सांगावे.

* विक्रेत्याने विनम्रपणे ग्राहकाबरोबर बोलावे, अशी सूचना द्यावी.

* विक्रेत्याची उत्पादने मागच्या आठवड्यामध्ये आणल्याचे खोटेच सांगावे.

मोबाईलवरचे अगांतुक फोन

* 'हॅलोऽ हॅलो' मोठ्याने ओरडून काही ऐकू येत नसल्याचे सांगावे.
* विक्रीची उत्पादने कमी दर्जाची असतात, असे सांगावे.
* पुन्हा फोन केला तर पोलिसांकडे तक्रार करीन, असे सांगावे.
* फोनवर कोणी कन्या उत्पादनांची माहिती देऊ लागली, तर आपण आपल्या उत्पादनांची माहिती द्यायला सुरुवात करावी.
* फोनवर बोलणाऱ्या कन्येला स्पष्टपणे नकार देऊन टाकावा.
* फोनवरून ट्रॅव्हलची फुकटची बक्षिसे वाटणाऱ्या कन्येला ती बक्षिसे तूच घेऊन टाक, असे सांगून टाकावे.
* एक हजारातून आपल्याला एक बक्षीस मिळाले आहे, असे सांगणाऱ्या कन्येला ते स्वत:च घ्यायला सांगून दानशूरपणा व्यक्त करावा.
* फोनवरून मोबाईल प्रीपेड किंवा पोस्टपेड याची चौकशी करणाऱ्याला पुन्हा फोन करू नये, असे दम देऊन सांगावे.
* मोबाईलचे मार्केटिंग करणाऱ्या कन्येला फ्रॅंचायझीकडून बोलत असल्यास फोन करू नका, असे सांगून कॉल संपवावा.

टेलिमार्केटिंग

* फोनवरून विक्री करणाऱ्याला त्यांची उत्पादने आपण वापरत नसल्याचे सांगावे.
* फोनवरून विक्री करणाऱ्याला त्यांच्या उत्पादनांपेक्षा चांगल्या दर्जाची उत्पादने आपल्या मित्राची आहेत, असे सांगावे.
* वेबसाईट डिझाईन करणाऱ्याला आमची वेबसाईट नसल्याचे सांगावे.
* वेबसाईट विक्रेत्याला आमच्या घरी कॉम्प्युटर नसल्याचे सांगावे.
* एसएमएस मार्केटिंग करणाऱ्याला त्यांच्या एसएमएसचा उपयोग होत नसल्याचे सांगून टाळावे.
* वॉटर प्युरिफायरच्या विक्रेत्याला आमच्याकडे आधीच एक युनिट असल्याचे सांगावे.
* परदेशातल्या विद्यापीठात प्रवेशासंबंधी माहिती सांगणाऱ्याला आमच्याकडे परदेशात जाणारे कुणीही नाही, असे सांगून टाळावे.
* डिक्शनरी विक्रेत्याला आमच्याकडे कोणीही डिक्शनरी वापरत नसल्याचे सांगून टाळावे.

विमा विक्रेता

* विमा विक्रेत्याला आपण भरपूर विमा उतरवलेला असून आता गरज नसल्याचे सांगावे.
* विमा विक्रेता गळ्यात पडत असेल, तर त्याला आपण किती अडचणीत आहोत, हे सांगून टाळावे.
* विमा विक्रेता खूप मागे लागला, तर त्याला एक-दोन हप्ते भरण्यास सांगावे.
* विमा विक्रेता खूप मागे लागला, तर आपला विमाव्यवसायावर विश्वास नसल्याचे सांगून टाळावे.
* विमा विक्रेता खूप मागे लागला, तर त्याच्या विमा कंपनीवर विश्वास नसल्याचे सांगावे.
* विमा विक्रेता खूप मागे लागला, तर आपला आधीचा विमा कसा बुडाला, अशी कर्मकहाणी ऐकावी.
* विमा विक्रेता खूप मागे लागला, तर विमा कंपन्या कोणताही क्लेम देत नसतात, असे सांगून त्याचा उत्साह संपवावा.
* विमा विक्रेता खूप मागे लागला की, त्याला आपल्या सोईच्या वेळी बोलावून त्याचे तीन-चार फेऱ्या वाया घालवून विमा करणार नसल्याचे सांगावे.
* विमा विक्रेता भेटल्यावर आपल्या बायकोचा भाऊ डेव्हलपमेंट ऑफिसर असल्याचे सांगावे.
* विमा विक्रेता भेटल्यावर आपला मित्र विमा कंपनीत असून त्याच्या सल्ल्याने गुंतवणूक करतो, असे सांगावे.
* विमा विक्रेता भेटल्यावर आपली भाची एका कंपनीची विमा एजंट असून ती आपल्याला न सांगता पॉलिसी करून देत असते व पैसे पण तीच भरत असते, असे सांगून टाळावे.
* विमा विक्रेता भेटल्यावर आताच पन्नास हजारांचा हप्ता भरून त्याच्याच कंपनीचा प्रचलित विमा उतरवल्याचे सांगून टाळावे.
* विमा विक्रेता भेटल्यावर आपण बायकोच्या सल्ल्याने घर चालवतो, असे सांगून टाळावे.

इतर विक्रेते

* नेहमीचा किरणावाला आपल्याला जरुरी नसताना एखादी वस्तू किंवा एखादा किराणा जादा देऊन लागतो, तेव्हा त्याला स्पष्टपणे नकार द्यावा.

* नेहमीचा किरणावाला आपल्या नकळत आपल्याला जास्त दराने किराणा देतो, तेव्हा त्याला त्याची चूक दाखवावी आणि त्याच्याबरोबर व्यवहार बंद करणार, असे सांगावे.

* नेहमीच्या इस्त्रीवाल्याने उगाच नगाची संख्या वाढवली, तर ती चूक त्याच्या निदर्शनास आणून द्यावी.

* नेहमीच्या मेडिकल दुकानदाराने बदलीची औषधे दिली, तर त्याला नकार द्यावा.

* नेहमीच्या भाजीवाल्याने सडकी किंवा खराब भाजी दिली, तर त्याला नकार द्यावा.

* नेहमीच्या फळ विक्रेत्याने आंबट फळे दिली, तर त्याला नकार द्यावा.

* नेहमीच्या गिरणीवाल्याने कमी पीठ दिले, तर त्याला त्याची चूक निदर्शनास आणून द्यावी.

* नेहमीच्या कापड दुकानातून खराब कापड आले, तर ते त्याला परत करावे.

* नेहमीच्या डॉक्टरांकडून औषध घेतल्यानंतर त्रास झाला, तर तो त्यांच्या निदर्शनास आणून द्यावा.

* नेहमीच्या चप्पलवाल्याने हलकी चप्पल दिली, तर ती त्याला परत करावी.

***

नकार असा द्यावा - मित्रांना

मित्रांना खरे तर आपण नेहमीच मदत करत असतो आणि त्यांची मदत पण घेत असतो. मैत्रीचे नाते असे असते की, मित्रांमध्ये देवाण-घेवाण चालतच असते. त्यामध्ये कोणताही आडपडदा न ठेवता एकमेकांना चांगल्या-वाईट अनुभवाच्या सर्व गोष्टी सांगितल्या जात असतात.

तरीही सर्वच मैत्रीचे संबंध इतके आदर्श नसतात. काही लोक मैत्रीच्या नावाखाली गैरफायदा घेत असतात. त्यांना टाळण्यासाठी नकार द्यावा लागतो. त्यांचे उपद्व्याप खूप असतात आणि त्यामुळे आपल्याला त्रास होत असतो. तो टाळण्यासाठी आपल्याला त्यांना नकार द्यावा लागतो.

* मित्र उसने पैसे मागायला आला, तर त्याला आपण स्वत: अडचणीत असल्याचे सांगून टाळावे.

* मित्र उसने पैसे मागायला आला की त्यालाच उलट उसने पैसे मागून टाळावे.

* मित्र उसने पैसे मागायला आला, तर आपण कालच आपल्या दुसऱ्या एका मित्राकडून उसने पैसे घेतल्याचे सांगावे.

* मित्र उसने पैसे मागायला आला की, बायकोला पुढे करून पैसे देता येणार नसल्याचे सांगावे.

* मित्र उसने पैसे मागायला आल्यावर त्याच्यापुढे आपल्या अडचणींची कहाणी ऐकवून त्याला वाटेला लावावे.

* मित्र उसने पैसे मागायला आल्यावर आपले व्यवसायामध्ये किती आणि कसे नुकसान झाले, याचे वर्णन करून सांगावे.

* मित्र उसने पैसे मागायला आल्यावर त्याला अगदी थोडे पैसे देऊन आपली ऐपत नसल्याचे सांगून टाळावे.

* मित्र उसने पैसे मागायला आल्यावर आपल्याकडे इन्कम टॅक्सची चौकशी

चालू असल्याचे सांगून टाळावे.

* मित्र इतर मदत मागायला आल्यावर आपण मदत करू शकणार नसल्याचे स्पष्ट सांगून टाळावे.

* मित्र काही वस्तूंची मदत मागायला आला की, त्या वस्तू खूप महत्त्वाच्या आहेत आणि त्यामध्ये आपल्या भावना गुंतल्याचे सांगून टाळावे.

* मित्र लग्नकार्यासाठी काही मदत मागायला आल्यावर आपण त्याला आधी काही मदत केल्याची आठवण करून द्यावी.

* मित्र आपल्या कंपनीतील उत्पादने मागायला आल्यावर आपल्याला त्या वस्तूंची किंमत मोजावी लागणार, असे स्पष्टपणे सांगावे.

* मित्र आपल्याकडे एखाद्या वस्तूसाठी गळ घालत असेल, तर त्या वस्तूच्या दुकानदाराचा पत्ता द्यावा.

* मित्र आपल्या नावाचा वापर करून त्याला काही उधारी सामान द्यायला गळ घालत असेल, तर त्याला स्पष्टपणे नकार देऊन त्याला टाळावे.

* मित्र आपल्या ओळखीच्या फर्निचरवाल्याकडे त्याला उधारी मिळवून द्यायला सांगत असेल, तर फर्निचरवाल्याला मित्रासमोर फोन करून त्यांनी आपापसातल्या व्यवहार पाहावा, असे स्पष्टपणे सांगावे.

* मित्र जर आपल्याला एखाद्या लग्नाला अगांतुक पाहुणा म्हणून घेऊन जात असेल, तर त्याला नकार देऊन स्पष्टपणे टाळावे.

* मित्र जर आपल्याला फुकटच्या पार्ट्या मागत असेल, तर त्याला काही कारणे सांगून टाळावे.

* मित्र जर आपल्याला रोज त्याला दारू पिण्यासाठी हॉटेलात घेऊन जायला भाग पाडत असेल, तर आपण त्याला टाळावे.

* मित्र जर उगाच गळ्यात पडत असेल, तर त्याचे घरी येणे-जाणे बंद करावे.

***

◆ २१ ◆

नकार असा द्यावा - नातेवाइकांना

खरे तर नातेवाईक आपली लाईफलाईन असतात. भाऊ, बहीण, आई, वडील, काका, मामा, आत्या, मावशी, आजी, आजोबा, मुले, मुली, नातवंडे पतवंडे या सगळ्यांसाठी तर आपले जगणे असते. आपण आपल्या कुटुंबासाठी झगडत असतो. आपण आपल्या कुटुंबाच्या भल्यासाठी आणि उत्कर्षासाठी वाटेल तो त्रास सहन करत असतो. त्यांच्या सुखामध्ये आपल्याला सुख मिळत असते. त्यांच्या दुःखामध्ये आपले दुःख असते. त्यांना जास्त सुख मिळावे म्हणून आपण धडपडत असतो आणि त्रास सहन करत असतो.

तरीही कुटुंबातील काही सदस्यांची विचारधारा वेगळी असते. त्यांना त्यांच्या मर्जीने जगायचे असते. त्यामुळे ते वेगळा घरोबा करून राहायला लागतात. त्यानंतर त्यांच्यामध्ये काही ना काही कारणांनी वाद होतात व रुसवे-फुगवे होतात. त्यानंतर काही नातेवाइकांचे संबंध काही ना काही कारणांनी संपुष्टात येत असतात. त्यानंतर काही संबंध पुन्हा जुळून येत असतात. या सर्व स्थित्यंतरांमध्ये प्रत्येकाचे इतरांबरोबर गणित वेगवेगळ्या स्तरावर असते. त्यानुसार प्रत्येकाची एकमेकांबरोबर वागणूक वेगवेगळी असते. काही बाबतींत संबंध टिकवण्यासाठी पुढाकार घ्यावा लागत असतो, तर काही ठिकाणी माघार घ्यावी लागत असते. काही वेळा त्यांच्या मागण्यांना होकार द्यावा लागत असतो, तर जिथे पटत नाही तिथे मात्र नकार द्यावा लागत असतो.

नातेवाईक

* नातेवाइकांनी पैशांची मागणी केली, तर त्यांना स्पष्टपणे नकार द्यावा.
* नातेवाइकांनी ओळखीचा गैरफायदा घेऊन आपल्या नावाचा वापर केला, तर त्यांनी स्पष्टपणे नकार द्यावा.
* नातेवाइकांनी आपल्या ओळखीच्या दुकानदाराकडून उधारीवर सामान घ्यायला

लावले, तर त्यांना स्पष्टपणे नकार द्यावा.

* नातेवाइकांनी आपल्या घरामध्ये येऊन घरोबा केला, तर त्यांना स्पष्टपणे घरी जायला सांगावे.

* नातेवाइकांनी त्यांच्याबरोबर व्यवसाय करण्याचा प्रस्ताव आणला, तर त्यांना स्पष्टपणे नकार द्यावा.

* नातेवाइकांनी लग्नासंबंधी प्रस्ताव आणला आणि आपल्याला त्यांच्याबद्दल पुरेशी माहिती नसेल, तर स्पष्टपणे नकार द्यावा.

* नातेवाइकांनी कोणत्याही कार्यामध्ये सहभाग घेण्याविषयी प्रस्ताव आणला, तर त्यांना नकार देऊन स्वत:ची सुटका करून घ्यावी.

* नातेवाइकांनी निमंत्रणाशिवाय कोणाकडे जाण्याचा प्रस्ताव आणला, तर नकार द्यावा.

* नातेवाइकांनी दुसऱ्या नातेवाइकांकडे लग्नाची बोलणी करण्यासाठी बोलावले, तर नकार द्यावा.

* नातेवाइकांनी लग्नाच्या व्यवहारामध्ये घेण्यासंबंधी बोलणी करायला बोलावले, तर त्यांना स्पष्ट नकार द्यावा.

* नातेवाइकांनी लग्नाच्या बैठकीसंबंधी बोलण्यास प्रवृत्त केले, तर त्यांना नकार द्यावा.

* नातेवाइकांनी कोणाची भांडणे सोडवायला बोलावले, तर त्यांना नकार द्यावा.

* नातेवाइकांनी कोणाबरोबर मैत्र करायला बोलावले, तर त्यांना नकार द्यावा.

* नातेवाइकांनी कोणाबरोबर व्यवहार करण्याची जबरदस्ती केली, तर त्यांना नकार द्यावा.

* नातेवाइकांनी कोणाबरोबर व्यवहार करू नये असे सांगितले, तर त्यांना नकार द्यावा.

* नातेवाइकांनी कोणाबरोबर भांडण करायला लावले, तर त्यांना नकार द्यावा.

* नातेवाइकांनी कोणाबरोबर नको असताना बोलायला भाग पाडले, तर त्यांना नकार द्यावा.

* नातेवाइकांनी आपल्याबरोबर भांडण काढले, तर त्यांना नकार देऊन दूर ठेवावे.

***

परिचय

श्री. संजय बाबुलाल नाईक

पत्ता	: बी १०, व्यंकटाचल हौ. सोसायटी, (झाला कॉम्प्लेक्स) ५६६/१८ बी, बिबवेवाडी, पुणे ४११०३७.
ई-मेल	: sanjaynaikauthoregmail.com
मोबाईल	: ९८९०८६०६९२
शिक्षण	: डिप्लोमा मेटलर्जीकल इंजिनिअरिंग. AMIE (मेटलर्जी) T. Engg. (आय.एम.ई.) डी.बी.एम. Ex MBA विमा Ex MBA जाहिरात व मास मिडिया MBA मार्केटिंग, MBA एच.आर.
व्यवसाय	: पॉली क्लासेस या नावाने ३४ वर्षे डिप्लोमा डिग्री इंजिनिअरींगच्या विद्यार्थ्यांसाठी क्लासेस
लेखन संपदा	: ३००चे वर कथा नियतकालिकातून व दिवाळी अंकातून प्रकाशित

१९ एकांकिकांची पुस्तके प्रकाशित

४ नाटकांची पुस्तके प्रकाशित

९७ विविध विषयांवर कादंबऱ्या प्रकाशित

७ कथासंग्रह प्रकाशित

२५ व्यक्तिमत्त्व विकास, मानसशास्त्र आणि शिक्षणशास्त्र या विषयांवरील

१ चित्रपटाचे लेखन.